AF528948

ഗ്രീൻ ബുക്സ്

ശ്രീബുദ്ധൻ

ഏഷ്യയുടെ വെളിച്ചം

സുരേഷ് ശ്രീകണ്ഠേശ്വരത്ത്

1968-ൽ എളവൂരിൽ ജനനം.
പിതാവ്: പരമേശ്വര വാര്യർ, മാതാവ്: എസ്.എസ്.രാധ.
കവി, ഗാനരചയിതാവ്, വിവർത്തകൻ, പത്രപ്രവർത്തകൻ.
ഇക്കണോമിക്സിൽ ബിരുദം.
ഇംഗ്ളീഷ് സാഹിത്യത്തിൽ ബിരുദാനന്തര ബിരുദം.
ജേർണലിസത്തിൽ പി.ജി.ഡിപ്ളോമ.
ലേബർ ഇന്ത്യ പ്രസിദ്ധീകരണത്തിൽ സബ് എഡിറ്ററായും
നെറ്റിക്കാടൻ പബ്ളിക്കേഷനിൽ എഡിറ്ററായും,
തൃശൂർ, കൊച്ചി ആകാശവാണി നിലയങ്ങളിൽ
കാഷ്വൽ അനൗൺസറായും സേവനമനുഷ്ഠിച്ചിട്ടുണ്ട്.
ആലീസ് അത്ഭുത ലോകത്തിൽ, സ്കൂൾബസ് (5 സീരീസ്),
ബ്രിട്ടാനിക്ക എൻസൈക്ളോപീഡിയ (വിവർത്തനം).
ആനുകാലികങ്ങളിൽ കവിത, ലേഖനം എന്നിവ എഴുതുന്നു.
ഓഡിയോ സിഡികൾക്ക് ഗാനരചന നിർവ്വഹിച്ചിട്ടുണ്ട്.
ഭാര്യ : അനിത കെ.കെ
മക്കൾ : ശ്രീഹരി, ഹരിപ്രിയ
വിലാസം : ശ്രീകണ്ഠേശ്വരത്ത്, എളവൂർ, അങ്കമാലി
e-mail : spsreek@gmail.com

ശ്രീബുദ്ധൻ

ഏഷ്യയുടെ വെളിച്ചം

സുരേഷ് ശ്രീകണ്ഠേശ്വരത്ത്

ഗ്രീൻ ബുക്സ്

green books private limited
little road, ayyanthole, thrissur- 680 003
ph: 0487-2361038
website: www.greenbooksindia.com
e-mail: info@greenbooksindia.com

(malayalam)
sreebudhan
asiayute velicham
(allegorical stories)
by
suresh sreekandeswarath

first published nov 2010
reprinted jan 2013

cover design : rajesh chalode
illustrations: sudheer g. kainakari

printed in india
repro india ltd

branches:
thrissur 0487-2422515
palakkad 0491-2546162
kannur 0497-2763038

isbn : 978-81-8423-201-1

₹ 80.00

GBPL/346/2010/X001

മുഖക്കുറി

ജീവിതത്തിന്റെ നിസ്സാരതയിലും നിരർത്ഥകതയിലും വേദനിക്കുകയും സംസാരദുഃഖത്തിന്റെ കാര്യകാരണങ്ങളും പരിഹാരമാർഗ്ഗങ്ങളും പഠിക്കുകയും പഠിപ്പിക്കുകയും ചെയ്ത ശ്രീബുദ്ധന്റെ ജീവിതവും ദർശനവും ആരെയും ആകർഷിക്കും. സത്യധർമ്മാദികളിലും കാരുണ്യത്തിലും ആണ്ടിറങ്ങുന്നു, ആ ദർശനത്തിന്റെ വേരുകൾ. അഹിംസ ആ ദർശനത്തിന്റെ കൊടിയടയാളമാണ്. ഗാന്ധിജിയെപ്പോലുള്ള മഹത്തുക്കളെ സ്വാധീനിച്ചതും പ്രചോദിപ്പിച്ചതും ഈ അഹിംസയാണ്. മനസ്സുകൊണ്ടോ വചസ്സുകൊണ്ടോ കർമ്മംകൊണ്ടോ ആരെയും നോവിക്കാതിരിക്കുക എന്നതത്രേ ആ ദർശനത്തിന്റെ പൊരുൾ.

ശ്രീബുദ്ധന്റെ ജീവിതത്തെയും അന്യാദൃശമായ പ്രഭാവത്തെയും അനർഘചിന്തകളെയും ആധാരമാക്കി നിരവധി കഥകൾ പ്രചാരത്തിലുണ്ട്. ഈ സമാഹാരത്തിലെ കഥകൾ അവയിൽനിന്നും വേറിട്ടുനില്ക്കുന്നു. ഏറെക്കാലത്തെ അന്വേഷണത്തിന്റെയും പഠനത്തിന്റെയും ഫലമായി സമാഹരിച്ചിട്ടുള്ളവയാണ് ഈ കഥകൾ. ഇവ ബുദ്ധന്റെ ജീവിതത്തിലേക്കും പ്രവൃത്തിയിലേക്കും ദർശനത്തിലേക്കും വെളിച്ചം ചൊരിയുന്നു. ജനമനസ്സുകളിൽ മൂല്യങ്ങളുടെയും സാന്മാർഗ്ഗിക ബോധത്തിന്റെയും വിത്തുകൾ പാകുകയും ചെയ്യുന്നു. തത്ത്വാധിഷ്ഠിതമായ ഈ കഥകൾക്ക് ഏതു കാലത്തും ഏതു ദേശത്തും അനുവാചകരുണ്ടാകുമെന്നതിൽ സംശയമില്ല.

കൃഷ്ണദാസ്
മാനേജിങ് എഡിറ്റർ

ഒന്ന്

അങ്ങകലെ, ഹിമാലയപർവ്വതത്തിനരുകിൽ ഒരു കൊച്ചു രാജ്യമുണ്ടായിരുന്നു. കപിലവസ്തു എന്നായിരുന്നു ആ രാജ്യത്തിനു പേര്. ആ രാജ്യം ഭരിച്ചിരുന്നത് ശുദ്ധോദനമഹാരാജാവായിരുന്നു. മഹാമായയായിരുന്നു അദ്ദേഹത്തിന്റെ പത്നി.

ആ രാജാവിന്റെ ഭരണത്തിൽ ഏവരും സന്തുഷ്ടരായിരുന്നു. എന്നാൽ രാജാവും രാജപത്നിയും മാത്രം ദുഃഖിച്ചു. കാരണം, അവർക്കൊരു കുഞ്ഞുണ്ടായിരുന്നില്ല. എന്നിട്ടും ഭരണകാര്യങ്ങളിൽ ശുദ്ധോദനൻ വീഴ്ച വരുത്തിയില്ല.

നാളുകൾ കടന്നുപോയി. ഒരു ദിവസം രാത്രി, മഹാമായ ഒരു സ്വപ്നം കണ്ടു. സ്വർഗ്ഗത്തിൽ നിന്നും ഒരാന ഇറങ്ങി വരുന്നു. അതിന് ആറു കൊമ്പുകളുണ്ടായിരുന്നു. ആന മായയെ തുമ്പിക്കൈ നീട്ടി ഒന്നു തൊട്ടു. ഉടനെ മായ ഞെട്ടിയുണർന്നു. അപ്പോഴാണ് രാജ്ഞിക്ക് മനസ്സിലായത് അത് വെറുമൊരു സ്വപ്നമായിരുന്നുവെന്ന്. രാജ്ഞി തന്റെ സ്വപ്നത്തെക്കുറിച്ച് രാജാവിനോടു പറയുകയും ചെയ്തു. അസാധാരണമായ ഈ സ്വപ്നത്തെപ്പറ്റി ഇരുവരും ആലോചിച്ചു. പക്ഷേ, ഉത്തരമൊന്നും അവർക്കു കിട്ടിയില്ല,

പിറ്റേന്നു പ്രഭാതം. രാജാവ് തന്റെ സഭാവാസികളെ വിളിച്ചു ചേർത്തു. അവരിൽ രാജഗുരുക്കന്മാരും മന്ത്രിമാരും വിജ്ഞാനികളും ഒക്കെ ഉണ്ടായിരുന്നു. തന്റെ പത്നിയുടെ സ്വപ്നത്തെപ്പറ്റി രാജാവ് അവരോടു പറഞ്ഞു. ഇതുകേട്ടയുടനെ അവരിൽ ജ്ഞാനിയായ ഒരാൾ പറഞ്ഞു.

"മഹാരാജൻ, അങ്ങയുടെ പത്നി കണ്ടത് വെറുമൊരു സ്വപ്ന മല്ല. അങ്ങേക്ക് ലഭിക്കാൻ പോകുന്ന വലിയൊരു സന്തോഷത്തിന്റ സൂചനയാണിത്. അങ്ങയുടെ ധർമ്മപത്നി ഒരാൺകുഞ്ഞിനു ജന്മം നൽകും. അവൻ ലോകമെമ്പാടും അറിയപ്പെടുന്ന ഒരു രാജാവോ സന്ന്യാസിയോ ആയിത്തീരും. അതുകൊണ്ട് സന്തോഷിച്ചോളൂ."

ഈ വാക്കുകൾ ശുദ്ധോദനന്റെയും മായയുടെയും കാതുകളിൽ മുഴങ്ങി. ഒരു സ്വപ്നത്തിന് ഇത്രയൊക്കെ അർത്ഥമുണ്ടോ?

ആ വാക്കുകൾ വെറുതെ ആയില്ല. മഹാമായ ഗർഭിണിയായി. രാജകൊട്ടാരത്തിൽ സന്തോഷത്തിന്റെ അടയാളങ്ങൾ കണ്ടുതുടങ്ങി. ഒരു ദിവസം കപിലവസ്തുവിലെ ലുംബിനി എന്ന ഗ്രാമത്തിലുള്ള ഉദ്യാനത്തിൽ രാജ്ഞി തോഴിമാരൊത്തിരിക്കുമ്പോൾ അവർക്ക് പ്രസവ വേദന അനുഭവപ്പെട്ടു. താമസിച്ചില്ല, ആ ഉദ്യാനത്തിൽ വച്ചു തന്നെ രാജ്ഞി പ്രസവിക്കുകയും ചെയ്തു. കാഴ്ചയ്ക്കു കൗതുകമുള്ള, ശോഭയുള്ള ഒരാൺകുഞ്ഞ്.

രാജ്ഞി ആ പിഞ്ചുകുഞ്ഞിനെ വാരിയെടുത്തു. നെറുകയിൽ ഉമ്മ വച്ച് മാറോടു ചേർത്തു പിടിച്ച്, തോഴിമാർക്കൊപ്പം കൊട്ടാരത്തിലേക്കു പോയി.

ക്രിസ്തു ജനിക്കുന്നതിന് 566 വർഷങ്ങൾക്കു മുൻപായിരുന്നു ആ കുട്ടിയുടെ ജനനം. അന്ന് രാജകൊട്ടാരവും കപിലവസ്തുവും ഉത്സ വത്തിലാറാടി. എങ്ങും എവിടെയും സന്തോഷം മാത്രം. വിടർന്ന പൂക്ക ളിലും ഇളം കാറ്റിലും അവർ ആഹ്ലാദം കണ്ടു. ശുദ്ധോദനരാജാവ് എല്ലാവർക്കും ധനവും ഭക്ഷണവും ആവോളം നൽകി.

രാജാവും രാജ്ഞിയും ആ കുഞ്ഞിന് സിദ്ധാർത്ഥൻ എന്നു പേരിട്ടു.

എങ്കിലും രാജ്ഞിയുടെ മനസ്സ് ശാന്തമായിരുന്നില്ല. മകന്റെ ഭാവിയെക്കുറിച്ച് ചിന്തിച്ച് ആ അമ്മ വിഷമിച്ചു.അവരുടെ ആരോഗ്യം ക്ഷയിച്ചു. ഒടുവിൽ കുഞ്ഞ് പിറന്ന് ഏഴാംനാൾ മഹാമായ മരിച്ചു. രാജ്ഞിയുടെ മരണത്തിൽ കപിലവസ്തു തുടർന്നുള്ള ഒരു വർഷം ദുഃഖമാചരിച്ചു. അതിനുശേഷം മഹാരാജാവ് മായയുടെ സഹോദരി മഹാപ്രജാപതിയെ വിവാഹം ചെയ്തു. അവരുടെ ശ്രദ്ധയിൽ, സ്നേഹത്തിൽ രാജകുമാരൻ വളർന്നു.

രണ്ട്

സിദ്ധാർത്ഥൻ മിടുക്കനായിരുന്നു. ഏതു കാര്യവും എളുപ്പത്തിൽ മനസ്സിലാക്കും. നല്ല ആരോഗ്യവും ബുദ്ധിശക്തിയും ഉള്ള രാജകുമാരൻ. കൊട്ടാരത്തിലും ഉദ്യാനത്തിലും ഓടിനടന്നും കളിച്ചും ചിരിച്ചും അവൻ വളർന്നു. അവനെ എല്ലാവരും ഇഷ്ടപ്പെടുകയും ചെയ്തു.

എന്നാൽ,

ഈ കളികൾക്കും ആഹ്ലാദത്തിനുമിടയിൽ മഹാരാജാവിന്റെ ഉള്ളിൽ ഒരു ദുഃഖം അവശേഷിച്ചു. രാജകുമാരൻ സന്ന്യാസിയായി പോകുമോ? അങ്ങനെ വന്നാൽ തനിക്ക് മകനെ നഷ്ടപ്പെടും. മാത്രമല്ല, തന്റെ മരണശേഷം രാജ്യം ഭരിക്കാൻ അവകാശിയുമില്ലാതാകും. എങ്കിലും, രാജാവ് അതെല്ലാം മറക്കാൻ ശ്രമിച്ചു. രാജകുമാരന്റെ കളിചിരികളിൽ അദ്ദേഹം മുഴുകി. ഒരു തരത്തിലും സിദ്ധാർത്ഥൻ ദുഃഖിക്കാതിരിക്കാൻ അദ്ദേഹം പ്രത്യേകം ശ്രദ്ധിച്ചു.

അതുകൊണ്ട് സിദ്ധാർത്ഥൻ കൊട്ടാരവും ഉദ്യാനവും വിട്ട് പുറത്തെങ്ങും പോകാൻ ശുദ്ധോദനൻ അനുവദിച്ചിരുന്നില്ല. അവനു

വേണ്ട എല്ലാ സന്തോഷങ്ങളും വിനോദങ്ങളും അദ്ദേഹം അവിടെ ഒരുക്കി. കുട്ടി പുറത്തുപോകാതിരിക്കാൻ എല്ലാവരും ശ്രദ്ധിക്കണെമെന്നും അദ്ദേഹം ആജ്ഞ പുറപ്പെടുവിച്ചു. അങ്ങനെ, കൊട്ടാരത്തിനു പുറത്തുള്ളവരുടെ ദുഃഖങ്ങളും ദുരിതങ്ങളും അറിയാതെ, സിദ്ധാർത്ഥ രാജകുമാരൻ വളർന്നു. ദേവദത്തൻ എന്ന ഒരു രാജകുമാരനായിരുന്നു സിദ്ധാർത്ഥന്റെ കളിക്കൂട്ടുകാരൻ. ഒരിക്കൽ ഇരുവരുമൊരുമിച്ച് ഉദ്യാനത്തിലുടെ നടക്കുകയായിരുന്നു. അപ്പോഴാണ് ദേവദത്തൻ ആ കാഴ്ച കണ്ടത്. ആകാശത്തിലൂടെ ഒരുപറ്റം അരയന്നങ്ങൾ പറന്നുപോകുന്നു. സിദ്ധാർത്ഥനൊപ്പം അസ്ത്രവിദ്യ പഠിച്ച ദേവദത്തനൊരു മോഹം - അവയ്ക്കു നേരെ ഒരു ശരമയച്ചാലോ! ദേവദത്തൻ പിന്നൊന്നും ആലോചിച്ചില്ല. വില്ലെടുത്ത് കുലച്ചു. ആ അരയന്നങ്ങൾക്കു നേരെ ഒരു ശരം തൊടുത്തു. വായുവേഗത്തിൽ പറന്ന ആ അമ്പ് അരയന്നങ്ങളിലൊന്നിന്റെ ശരീരത്തിൽ തറച്ചു. അമ്പുകൊണ്ട മാത്രയിൽ ഒരരയന്നം നിലം പതിച്ചു. അതു വന്നു വീണത് സിദ്ധാർത്ഥ രാജകുമാരന്റെ കാൽക്കലായിരുന്നു. ചോരവാർന്ന്, വേദനകൊണ്ട് പുളയുന്ന ആ പക്ഷിയെ കണ്ട് ആ രാജകുമാരൻ ആദ്യമൊന്ന് അമ്പരന്നു. പിന്നെ, ഉടനെത്തന്നെ അതിനെ വാരിയെടുത്തു. മുറിവേറ്റ അരയന്നവുമായി നിൽക്കുന്ന സിദ്ധാർത്ഥന്റെ അടുത്തേയ്ക്ക് ദേവദത്തൻ ഓടിയെത്തി.

"സിദ്ധാർത്ഥാ ആ അരയന്നത്തെ എനിക്കു തരൂ. ഞാനാണ് അതിനെ അമ്പെയ്തു വീഴ്ത്തിയത്." സിദ്ധാർത്ഥനോട് ദേവദത്തൻ പറഞ്ഞു:

സിദ്ധാർത്ഥൻ ഒന്നു ഞെട്ടി. ദേവദത്തനാണോ ഇതിനെ അമ്പെയ്തു വീഴ്ത്തിയത്? ആകാശത്തിലൂടെ ആഹ്ലാദത്തോടെ പറന്നു കളിക്കുന്ന പക്ഷിയെ അമ്പെയ്തു വീഴ്ത്താൻ അവനെന്ത് അവകാശമാണുള്ളത്? മനുഷ്യരെപ്പോലെ, മറ്റു ജീവികൾക്കും ഈ ഭൂമിയിൽ ജീവിക്കാൻ അവകാശമില്ലേ? മാത്രമല്ല, മനുഷ്യൻ മറ്റൊരു ജീവിയെ വേദനിപ്പിക്കുന്നതും കൊല്ലുന്നതും ശരിയോ?

സിദ്ധാർത്ഥന് സങ്കടവും ദേഷ്യവും അടക്കാനായില്ല. എങ്കിലും ശാന്തസ്വരത്തിൽ ആ കുമാരൻ ദേവദത്തനോടു പറഞ്ഞു.

"ഇല്ല ദേവദത്താ, ഞാനിതിനെ നിനക്കു തരില്ല. എനിക്കിതിനെ രക്ഷിക്കണം."

എന്നിട്ട് സിദ്ധാർത്ഥൻ ആ പക്ഷിയുടെ ശരീരത്തിലേറ്റ ശരം പതുക്കെ വലിച്ചൂരിയെടുത്തു. മുറിവിൽ നിന്നും രക്തം ഒഴുകുന്നുണ്ടായിരുന്നു. ആ രാജകുമാരൻ ചോരയെല്ലാം കഴുകിക്കളഞ്ഞ്, അതിന്റെ മുറിവിൽ മരുന്നു വച്ചുകെട്ടി, തന്റെ മാറോടു ചേർത്തുപിടിച്ചു.

സിദ്ധാർത്ഥന്റെ ധിക്കാരം ദേവദത്തന് സഹിക്കാൻ കഴിഞ്ഞില്ല. അവനുടനെത്തന്നെ കൊട്ടാരത്തിലേയ്ക്കോടി. എല്ലാ സഭാവാസികളെയും അവനവിടെ കണ്ടു. നടന്നതെല്ലാം അവരോടു പറയുകയും ചെയ്തു. ആലോചിച്ചുനോക്കിയപ്പോൾ ദേവദത്തൻ പറയുന്നതാണ് ശരിയെന്ന് അവർക്കു തോന്നി. സിദ്ധാർത്ഥനല്ല, ദേവദത്തനുതന്നെയാണ് പക്ഷിയുടെ അവകാശം. എന്നാൽ സിദ്ധാർത്ഥനുണ്ടോ അതിനെ വിട്ടുകൊടുക്കുന്നു! ഒടുവിൽ ഇരുവരും ശുദ്ധോദനമഹാരാജാവിന്റെ അരികിലെത്തി.

മഹാരാജാവ് ഇരുവരും പറയുന്നതു ശ്രദ്ധയോടെ കേട്ടു. മുറിവേറ്റ പക്ഷിയെ മാറത്തടക്കി പിടിച്ചുനിൽക്കുന്ന സിദ്ധാർത്ഥൻ ഒരു വശത്ത്. ഏതുവിധേനയും അതിനെ കൈക്കലാക്കാൻ അക്ഷമനായി നിൽക്കുന്ന ദേവദത്തൻ മറുവശത്ത്. എന്നാൽ ശുദ്ധോദനനു സംശയമുണ്ടായില്ല. അദ്ദേഹം ദേവദത്തനോടു പറഞ്ഞു:

"കുമാരാ, സിദ്ധാർത്ഥന്റെ പക്ഷത്താണു ശരി. ആ പക്ഷി സിദ്ധാർത്ഥനവകാശപ്പെട്ടതാണ്. അവനാണ് അതിനെ രക്ഷിക്കാൻ ശ്രമിച്ചത്. നീയാകട്ടെ, അതിനെ കൊല്ലാനാണ് തുനിഞ്ഞത്? അതു കൊണ്ട് നീ ഒരു കാര്യമറിയുക, കൊല്ലുന്നവനല്ല, രക്ഷിക്കുന്നവനാണ് പക്ഷിയുടെ അവകാശം."

ശുദ്ധോദനന്റെ വാക്കുകൾ കേട്ട് ദേവദത്തൻ നിരാശനായി. സിദ്ധാർത്ഥൻ സന്തോഷിക്കുകയും ചെയ്തു. ആ അരയന്നം സുഖം പ്രാപിക്കുന്നതുവരെ ദയാലുവായ ആ രാജകുമാരൻ അതിനെ പരിചരിച്ചു. പിന്നീടതിനെ ആകാശത്തിലേക്കു പറത്തിവിട്ടു.

മൂന്ന്

ദിനങ്ങൾ കടന്നുപോയി. സിദ്ധാർത്ഥൻ വളർന്നു വലുതായി. എല്ലാത്തിനോടും കാരുണ്യവും എല്ലാ വിധത്തിലുമുള്ള അറിവും ആ രാജകുമാരനിലുണ്ടായിരുന്നു. എങ്കിലും മഹാരാജാവിനെ പേടി വിട്ടൊഴിഞ്ഞില്ല. കുഞ്ഞ് ജനിക്കുമ്പോൾ പറഞ്ഞുകേട്ട പ്രവചനം ഫലിക്കുമോ?

ഇല്ല, അങ്ങനെ സംഭവിക്കാൻ പാടില്ല. അദ്ദേഹം സിദ്ധാർത്ഥനുവേണ്ടി എല്ലാ സൗകര്യങ്ങളും സന്തോഷങ്ങളും രാജധാനിയിലൊരുക്കാൻ തീരുമാനിച്ചു. കുമാരന് മൂന്ന് ഋതുക്കളിലും താമസിക്കാൻ മൂന്നു കൊട്ടാരങ്ങൾ പണിതു. എങ്ങും എവിടെയും പാട്ടും നൃത്തവും സുന്ദരമായ കാഴ്ചകളും മാത്രം.

ഇനി ഒന്നുകൂടി ചെയ്യണം. സിദ്ധാർത്ഥന്റെ വിവാഹം നടത്തണം. പിന്നീടൊരിക്കലും അവന് ഈ കൊട്ടാരം വിട്ടുപോകാനാവില്ല. അതിനായി അടുത്ത ഏർപ്പാടുകൾ.

എല്ലായിടത്തും വിവാഹ വിളംബരമെത്തിച്ചു. സമ്പത്തും സൗന്ദര്യവും ധാരാളമുള്ള പല കുമാരിമാരേയും സിദ്ധാർത്ഥൻ കണ്ടു. പക്ഷേ അവർക്കാർക്കും കുമാരന്റെ മനസ്സിൽ ഇടം കണ്ടെത്താനായില്ല. ഒടുവിൽ തന്റെ തന്നെ ബന്ധുവായ യശോധരയെ അവനിഷ്ടപ്പെട്ടു. വിവാഹത്തിനുള്ള സമ്മതവും അറിയിച്ചു. തുടർന്ന് ആഘോഷങ്ങളോടെ സിദ്ധാർത്ഥനും യശോധരയും വിവാഹിതരായി. വിവാഹത്തിൽ ഏറ്റവും സന്തോഷിച്ചത് ശുദ്ധോദന മഹാരാജാവായിരുന്നു. സിദ്ധാർത്ഥന്റെ പ്രസന്നമായ മുഖം അദ്ദേഹത്തിന് ശാന്തി നൽകി. ഇനി രാജ്യകാര്യങ്ങൾ ഒന്നൊന്നായി കുമാരനെ ഏല്പിക്കണം. ലോകം കണ്ടതിൽവച്ച് ഏറ്റവും നല്ല രാജാവായിത്തീരണം തന്റെ മകൻ എന്ന് ആ പിതാവ് ആശിച്ചു.

എന്നാൽ, യശോധര ഒന്നിച്ചുണ്ടായിട്ടും സിദ്ധാർത്ഥന് കൊട്ടാരം മടുത്തു. കൊട്ടാരത്തിനു പുറത്തുള്ള ലോകത്തിൽ നടക്കുന്നതെന്താണെന്നറിയാൻ അവന് ആഗ്രഹം തോന്നി. ആ ആഗ്രഹം മഹാരാജാവിനെ അറിയിക്കുകയും ചെയ്തു. അതുകേട്ട രാജാവിനും മറ്റൊന്നും തോന്നിയില്ല. ഇനി ഭയക്കാൻ എന്താണ് ഉള്ളത്? കുമാരൻ പുറംലോകം കാണട്ടെ. മറ്റുള്ളവരുടെ ജീവിതവും എന്താണെന്നറിയട്ടെ.

കുമാരന്റെ രാജ്യസന്ദർശനം മഹാരാജാവ് മന്ത്രിമാരെ അറിയിച്ചു. നാടെങ്ങും കൊടിതോരണങ്ങൾകൊണ്ട് അലങ്കരിക്കണം. കുമാരനെ ആദ്യമായി ഒരു നോക്കു കാണുവാൻ വഴിയോരത്ത് തിങ്ങിക്കൂടുന്ന വരെല്ലാം നല്ല വസ്ത്രങ്ങൾ ധരിച്ചവരും സന്തോഷമുള്ളവരും ആയിരി ക്കണം. ദുഃഖമുണ്ടാക്കുന്ന ഒരു കാഴ്ചയും എങ്ങും കാണരുത്. ചന്നനെ ആയിരുന്നു സാരഥിയായി തിരഞ്ഞെടുത്തത്. കുമാരന്റെ കാര്യത്തിൽ കൂടുതൽ ശ്രദ്ധവേണമെന്ന് മഹാരാജാവ് അയാൾക്ക് നിർദ്ദേശം നൽകി.

അങ്ങനെ, യാത്ര യ്ക്കുള്ള ദിവസം വന്നു. ചന്നനൊപ്പം സിദ്ധാർ ത്ഥൻ കൊട്ടാരത്തിന്റെ കോട്ടമതിലുകൾ കടന്നു പുറത്തിറങ്ങി.

വിശാലമായ പുറംലോകം കണ്ട് ആ കുമാരൻ അമ്പരന്നു. രാജ വീഥികളിലെങ്ങും തിങ്ങിക്കൂടി നിൽക്കുന്ന പ്രജകൾ. അവർ ആദ്യ മായാണ് കുമാരനെ കാണുന്നത്. കൗതുകത്തോടെ അവർ ആ കാഴ്ച കണ്ടുനിന്നു. സിദ്ധാർത്ഥൻ കാരുണ്യത്തോടെ അവരെ നോക്കി. എത്ര വ്യത്യസ്തരായ മനുഷ്യർ! ഒരോരുത്തരും വിഭിന്നർ. ഓരോ മുഖത്തും ഓരോ ഭാവം. കൊട്ടാരത്തിനകത്തെ ആഹ്ളാദത്തിമിർപ്പിൽ ഇവരെ ക്കുറിച്ച് താൻ അറിഞ്ഞിരുന്നില്ല. ഇന്നിതാ, എല്ലാം നേരിൽ കാണാൻ കഴിഞ്ഞിരിക്കുന്നു.

നിരന്നു നിൽക്കുന്ന പ്രജകൾക്കിടയിൽ സിദ്ധാർത്ഥൻ ആ കാഴ്ച കണ്ടു. മുടിയും താടിയും നരച്ച്, ശരീരം ക്ഷീണിച്ച്, ചുളുങ്ങിയ തൊലി യോടെ വളഞ്ഞു നിൽക്കുന്ന ഒരു മനുഷ്യൻ! ജീവിതത്തിൽ ഇന്നേ വരെ ഇതുപോലൊരു കാഴ്ച താൻ കണ്ടിട്ടില്ല. മനുഷ്യന് എന്താണ് ഇങ്ങനെ ഒരു രൂപം? കുമാരൻ ആലോചിച്ചുനോക്കി

ഉത്തരം കിട്ടുന്നില്ല. അതുകൊണ്ട് സാരഥിയോട് അതേക്കുറിച്ച് ചോദിച്ചു. അപ്പോൾ ചന്നൻ പറഞ്ഞു:

"കുമാരാ അതൊരു വൃദ്ധനായ മനുഷ്യനാണ്."

"വൃദ്ധനോ?", സിദ്ധാർത്ഥനു മനസ്സിലായില്ല.

"അതെ, വൃദ്ധൻ തന്നെ. എല്ലാ മനുഷ്യരും വൃദ്ധരാകും. ബാല്യം, കൗമാരം, യൗവനം, വാർദ്ധക്യം - ഇതാണ് ജീവിതത്തിന്റെ വഴി"- ചന്നൻ വിശദീകരിച്ചു.

സിദ്ധാർത്ഥൻ പിന്നീടൊന്നും ചോദിച്ചില്ല. നിഷ്ക്കളങ്കമായ ആ മനസ്സിൽ ചിന്തയുടെ ഒരു വിത്ത് വന്നുവീണു. അത് അവിടെക്കിടന്നു വളരാൻ തുടങ്ങി. പിന്നീടു കണ്ട കാഴ്ചകളൊന്നും മനസ്സിൽ പതി ഞ്ഞില്ല. യാത്ര മതിയാക്കി കൊട്ടാരത്തിലേക്കു മടങ്ങാമെന്ന് സിദ്ധാർത്ഥൻ ചന്നനോടു പറഞ്ഞു.

അതുപ്രകാരം സാരഥി തേരു തിരിച്ചു. അവർ കൊട്ടാരത്തി ലേക്കു മടങ്ങി. കൊട്ടാരത്തിലെത്തിയിട്ടും സിദ്ധാർത്ഥന്റെ മനസ്സ്

ശാന്തമായില്ല. സുന്ദരമായ എല്ലാ മനുഷ്യരൂപങ്ങളും വൈരൂപ്യമുള്ള വാർദ്ധക്യത്തിലെത്തും. ജീവിതത്തിന് ഒഴിവാക്കാൻ പറ്റാത്ത ഒന്നാണത്രേ വാർദ്ധക്യം!

നാളുകൾ കഴിഞ്ഞപ്പോൾ വീണ്ടും നാടുകാണാനുള്ള മോഹം കുമാരനുണ്ടായി. അങ്ങനെ, ചന്നനോടൊത്ത് വീണ്ടും പുറപ്പെട്ടു. ആ യാത്രയിൽ, തെരുവോരത്തു കൂനിക്കൂടിയിരുന്നു കരയുന്ന ഒരാളെ സിദ്ധാർത്ഥൻ കണ്ടു. അതാരെന്ന കുമാരന്റെ ചോദ്യത്തിന്, അതൊരു രോഗിയാണെന്ന് സാരഥി മറുപടി പറഞ്ഞു.

"രോഗമോ?" രോഗമെന്തെന്ന് ഇന്നോളം അറിയാത്ത കുമാരൻ ചോദിച്ചു.

"അതെ, രോഗം തന്നെ. ജീവിക്കുന്ന എല്ലാവർക്കും രോഗം വരും. വാർദ്ധക്യം പോലെ, രോഗവും ജീവിതത്തിന്റെ ഭാഗമാണ്."

മൂന്നാമത്തെ യാത്രയിൽ സിദ്ധാർത്ഥൻ കണ്ട കാഴ്ച മറ്റൊന്നായിരുന്നു. കുറേപ്പേർ ചേർന്ന് ഒരാളെ തുണിയിൽ പൊതിഞ്ഞ് കൊണ്ടുപോകുന്നു. അതേക്കുറിച്ചുള്ള ചോദ്യത്തിന് സാരഥി ഇങ്ങനെ മറുപടി പറഞ്ഞു:

"അതൊരു ശവശരീരമാണ്. എല്ലാ ജീവികളും ഒരുനാൾ മരിക്കും. ജീവിതത്തിന്റെ വഴിയാണിത്."

സിദ്ധാർത്ഥൻ നിശ്ശബ്ദനായി. ഓരോ യാത്രയിലും ഓരോ കാഴ്ച.

ഓരോ പുതിയ കാഴ്ചയും ഓരോ പുതിയ അറിവ്. വാർദ്ധക്യം, രോഗം, മരണം. രാജധാനിയിലെ ജീവിതത്തിനിടയ്ക്ക് അറിയാതിരുന്ന കാര്യങ്ങൾ. എല്ലാ സന്തോഷങ്ങൾക്കുമപ്പുറമുള്ള മനുഷ്യ ജീവിതത്തിന്റെ യാതനകൾ. ഒന്നും ഒഴിവാക്കാനാവാത്തവ!

എങ്കിലും ഒരു വഴി കണ്ടെത്തിയേ പറ്റൂ. ദുഃഖങ്ങളിൽ നിന്ന് ജീവിതത്തെ കരകയറ്റാനൊരു വഴി. കൊട്ടാരത്തിന്റെ അന്തപ്പുരങ്ങളിലും ഉദ്യാനങ്ങളിലും ഈയൊരു ചിന്ത സിദ്ധാർത്ഥനെ പിന്തുടർന്നു. എത്ര ചിന്തിച്ചിട്ടും ഉത്തരം കണ്ടെത്താനാകാത്ത ചോദ്യം.

വീണ്ടും അടുത്ത യാത്രയ്ക്കുള്ള തയ്യാറെടുപ്പായി. രാജവീഥികളിലെങ്ങും അലങ്കാരങ്ങൾ, തിങ്ങിക്കൂടി നിൽക്കുന്ന ആയിരക്കണക്കിനു മനുഷ്യർ. എന്നിട്ടും ഒഴിഞ്ഞൊരിടത്ത് ഒരാൾ ഇരിക്കുന്നത് സിദ്ധാർത്ഥൻ കണ്ടു. ഒരു കാഴ്ചയിലും പ്രത്യേക താത്പര്യമില്ലാത്ത ഒരാൾ. ഒരാളിലും കാണാത്ത ശാന്തത അയാളുടെ മുഖത്ത് രാജകുമാരൻ കണ്ടു.

ചന്നനോട് ചോദിച്ചപ്പോൾ, അയാളൊരു സന്ന്യാസിയാണെന്ന് സിദ്ധാർത്ഥൻ അറിഞ്ഞു. ജീവിതത്തിലെ സുഖവും ദുഃഖവും ഒരു

പോലെ കാണുന്ന ഒരാൾ. പ്രത്യേകിച്ചൊരു ഇടമില്ലാതെ, നാടുതോറും നടക്കുന്ന ഒരാൾ.

അയാളെക്കുറിച്ചുള്ള അറിവ് സിദ്ധാർത്ഥന് വെളിച്ചമായി. സുഖം മാത്രം തേടാതെ, ദുഃഖം മാത്രം തേടാതെ, സുഖദുഃഖങ്ങളെ ഒരു പോലെ കാണാൻ തനിക്കും കഴിയുമോ?

അപ്പോൾ തന്റെ മനസ്സിന് ശാന്തി ലഭിക്കുമോ? മനുഷ്യദുഃഖങ്ങൾ ഒഴിവാക്കാനൊരു ഉത്തരം കണ്ടെത്താനാകുമോ?

കൊട്ടാരത്തിനകത്തെ സുഖങ്ങൾ അനുഭവിച്ചു ജീവിച്ചാൽ ഒരിക്കലും ഒരുത്തരവും കണ്ടെത്താനാകില്ല. കൊട്ടാരം വിട്ട് ലോകത്തിന്റെ ദുഃഖങ്ങളിലേക്കിറങ്ങണം. സത്യം കണ്ടെത്തും വരെ അന്വേഷിക്കണം. സിദ്ധാർത്ഥൻ തീരുമാനിച്ചു. പലവിധ ചിന്തകളിലൂടെ കടന്നു പോയ ആ ദിവസങ്ങളിലൊന്നിൽ യശോധര പ്രസവിച്ചു. സിദ്ധാർത്ഥന് ഒരു ആൺകുഞ്ഞ് പിറന്നു. നല്ല ഓമനത്തമുള്ള കുഞ്ഞ്. അവന് രാഹുലൻ എന്നവർ പേരിട്ടു.

കൊട്ടാരം ആഹ്ലാദത്തിമിർപ്പിൽ ആറാടി. പക്ഷേ, ഒരാൾക്കുമാത്രം സന്തോഷിക്കാനായില്ല. ലോകം മുഴുവൻ ദുഃഖത്തിലാണ്ടിരിക്കുമ്പോൾ സിദ്ധാർത്ഥന് എങ്ങനെ സന്തോഷിക്കാനാകും?.

അദ്ദേഹത്തിന് എല്ലാത്തിലും താൽപര്യം നഷ്ടപ്പെട്ടു. ഒരു കാഴ്ചയ്ക്കും ഒരു ശബ്ദത്തിനും അദ്ദേഹത്തെ സന്തോഷിപ്പിക്കാനായില്ല.

ഒരു ചോദ്യം എപ്പോഴും ആ മനസ്സിനെ വിഷമിപ്പിച്ചുകൊണ്ടിരുന്നു. എന്തുകൊണ്ടാണ് മനുഷ്യജീവിതത്തിൽ ഇത്ര ദു:ഖങ്ങൾ?

കൊട്ടാരത്തിലെ ജീവിതം തനിക്ക് ഉത്തരം നൽകില്ലെന്ന് സിദ്ധാർത്ഥന് മനസ്സിലായി. അതുകൊണ്ട് ഇനി ഈ കൊട്ടാരം വിട്ടിറങ്ങുക തന്നെ എന്ന് അദ്ദേഹം തീരുമാനിച്ചു.

നാല്

കൊട്ടാരത്തിലെ മനോഹരമായ ഉദ്യാനം. ഉദ്യാനഭംഗികൾ ആസ്വദിച്ച് സിദ്ധാർത്ഥൻ അങ്ങനെ നടക്കുകയായിരുന്നു.

ഏതു കാഴ്ചയും ശ്രദ്ധയോടെ കാണുന്ന ശീലമായിരുന്നു കുമാരന്റേത്. പുല്ലും പുഴുവും പൂമ്പാറ്റകളും പറവകളും എല്ലാം സിദ്ധാർത്ഥന്റെ കണ്ണിൽപ്പെട്ടിരുന്നു.

ഒരു പുൽനാമ്പിൽ അതാ ഒരു ചെറുപ്രാണിയിരിക്കുന്നു. മനുഷ്യനെ സൃഷ്ടിച്ച പ്രകൃതി തന്നെയല്ലേ ഈ പുല്ലിനേയും പ്രാണിയേയും സൃഷ്ടിച്ചത്! ആ ഭംഗിയും അത്ഭുതവും ആലോചിച്ച് കുമാരൻ ഒരു നിമിഷം അവിടെ നിന്നു. പെട്ടെന്ന് മറ്റൊരു കാഴ്ച സിദ്ധാർത്ഥനെ നടുക്കി. ഒരു പല്ലി പതുങ്ങി പതുങ്ങി വന്ന് ആ പ്രാണിയെ വായ്ക്കകത്താക്കി. പാവം പ്രാണി. ഈ ലോകത്തിൽ ജീവിക്കാൻ അതിന് അവകാശമില്ലേ? സിദ്ധാർത്ഥന് ദുഃഖം തോന്നി.

അങ്ങനെ ദു:ഖിച്ചിരിക്കുമ്പോൾ അവിടേക്കൊരു സർപ്പം ഇഴഞ്ഞു വന്നു. പ്രാണിയേയും ഭക്ഷിച്ച് ഒന്നുമറിയാത്തതുപോലെ ഇരിക്കുന്ന പല്ലിയെ, ഞൊടിയിടയിൽ ആ സർപ്പം അകത്താക്കി! സിദ്ധാർത്ഥന് അതു വിശ്വസിക്കാനായില്ല. ഒരു ജീവി മറ്റൊരു ജീവിയെ തിന്നുന്നു. അതിനെ തിന്നാൻ വേറൊരു ജിവി!

ആ ആശ്ചര്യവും അധികനേരം നീണ്ടുനിന്നില്ല. അതിനുമുമ്പേ, ഒരു പരുന്ത് പറന്നുവന്ന്, സിദ്ധാർത്ഥന്റെ കൺമുമ്പിൽനിന്ന് ആ സർപ്പത്തേയും റാഞ്ചിക്കൊണ്ടുപോയി.

ഇതെന്തൊരു ലോകം!

ഇവിടെ ഒന്നിന്റെയും ജീവിതം ശാശ്വതമല്ലേ?

പ്രാണിയോ പല്ലിയോ പാമ്പോ വിചാരിച്ചുകാണില്ല, അവയുടെ ജിവിതം ഇപ്പോൾ അവസാനിക്കുമെന്ന്! സന്തോഷിച്ചിരിക്കുമ്പോൾ മറ്റൊന്നിന് ഇരയാകുന്നു.

ഇതാണോ ജിവിതം!

ആ ചോദ്യം സിദ്ധാർത്ഥന്റെ മനസ്സിനെ അലട്ടി. മനുഷ്യരുടെ കാര്യത്തിലും ഇതുപോലെയാകുമോ സംഭവിക്കുക? അങ്ങനെയാണെങ്കിൽ, രാജകുമാരനായിരിക്കുന്നതിലോ രാജാവായിരിക്കുന്നതിലോ കൊട്ടരത്തിലായിരിക്കുന്നതിലോ എന്താണർത്ഥം? എന്നും സുഖത്തോടെ ഇരിക്കാൻ ഒരാൾക്കും കഴിയില്ലേ?

ഉത്തരമില്ലാത്ത ചോദ്യങ്ങളുമായി സിദ്ധാർത്ഥൻ കൊട്ടാരത്തിലേക്ക് മടങ്ങി. ആരുമറിയാതെ ആ ചോദ്യങ്ങൾ കുമാരന്റെ മനസ്സിനെ വീർപ്പുമുട്ടിച്ചു.

അഞ്ച്

ഇന്ന് പൗർണ്ണമി.

അന്തപ്പുരത്തിൽ എല്ലാവരും ഉറങ്ങി. ഒരാൾ മാത്രം ഉറക്കം വരാതെ അങ്ങോട്ടുമിങ്ങോട്ടും മുറിക്കകത്തുനടന്നു. സിദ്ധാർത്ഥൻ!

ആ മനസ്സിന്ന് പതിവിലേറേ അസ്വസ്ഥമാണ്.

കാരണമറിയാത്ത ഒരുപാടു ദുഃഖങ്ങൾ മനസ്സിൽ കൂടുകൂട്ടി യിരിക്കുന്നു. ഉദ്യാനത്തിലേക്കു പോയാലോ? പോകുക തന്നെ.

കൊട്ടാരം കടന്ന് സിദ്ധാർത്ഥൻ ഉദ്യാനത്തിലെത്തി. അവിടെ ഒരു ജംബുവൃക്ഷമുണ്ട്.നിലാവിൽ കുളിച്ച, ഈ മരച്ചുവട്ടിലിരുന്നാൽ ഇത്തിരി ശാന്തി ലഭിക്കുമായിരിക്കും. മനസ്സു ശാന്തമാക്കാൻ ആ രാജകുമാരൻ ശ്രമിച്ചുകൊണ്ടേയിരുന്നു.

ആ ഇരിപ്പിൽ ഒന്നു മയങ്ങിയോ?

ഇല്ല, മയങ്ങിയില്ല. മയങ്ങിയെങ്കിൽ ആ ദൃശ്യം എങ്ങനെ കാണും?

ഒരു സന്ന്യാസി മുമ്പിൽ പ്രത്യക്ഷനായിരിക്കുന്നു!

“കുമാരാ, നീ അനുഗൃഹീതനാണ്. മനുഷ്യരാശിയെ ദുഃഖത്തിൽ നിന്നു കരകയറ്റാൻ നീ വേണം. ഇതാ സമയമായിരിക്കുന്നു. നീ നിന്റെ ദൗത്യം പൂർത്തീകരിക്കൂ.”

ആ സന്ന്യാസി അപ്രത്യക്ഷനായി.

സിദ്ധാർത്ഥൻ ഒന്നു പകച്ചു. താൻ കണ്ടതും കേട്ടതും സത്യമോ?

അതേ. ഇതൊരു വഴികാട്ടലാണ്. സത്യത്തിലേത്തുള്ള വഴികാട്ടൽ.

സിദ്ധാർത്ഥന്റെ മനസ്സ് ശാന്തമാകാൻ തുടങ്ങി. ഉറച്ച തീരുമാനത്തോടെ, അദ്ദേഹം എഴുന്നേറ്റ് കൊട്ടരത്തിലേക്കു നടന്നു.

ആറ്

ഒടുവിൽ ആ ദിവസം വന്നു ചേർന്നു.

രാത്രി ഏറെ വൈകിയിട്ടും സിദ്ധാർത്ഥന് ഉറക്കം വന്നില്ല.

അരികിൽ യശോധരയും രാഹുലനും ഗാഢനിദ്രയിലാണ്. രഹസ്യമായി അദ്ദേഹം സാരഥിയായ ചന്നനെ വിളിച്ചു. കൊട്ടാരം വിട്ടിറങ്ങുമ്പോൾ രാജ്യാതിർത്തിവരെ അയാളോട് കൂടെ വരാൻ പറഞ്ഞു. വീണ്ടും അന്തഃപുരത്തിലെത്തി ഉറങ്ങുന്ന യശോധരയേയും ഏക മകൻ രാഹുലനേയും അവസാനമായി ഒന്നു നോക്കി. താൻ

പോയാലും കൊട്ടാരത്തിൽ അവരുടെ ജീവിതം സുഖമായിരിക്കുമെന്ന് അദ്ദേഹത്തിന് ഉറപ്പുണ്ടായിരുന്നു. അതുകൊണ്ട് ആ രാത്രിയിൽ കന്ദകൻ എന്ന കുതിരയുടെ പുറത്തു കയറി, ആരുമറിയാതെ യാത്ര യായി..

രാജസുഖങ്ങളോടു വിടപറയുമ്പോൾ അദ്ദേഹത്തിന് ഇരുപത്തി യൊൻപത് വയസ്സ്.

ആ രാത്രിയിൽ അവർ ഏറെ ദൂരം സവാരി ചെയ്തു. പ്രഭാതമാ യപ്പോഴേക്കും അവർ ഒരു കാടിനരികിലൂടെ ഒഴുകുന്ന അനോമ നദിക്കരയിലെത്തി. സിദ്ധാർത്ഥൻ കുതിരയെ അവിടെ നിർത്തി, താഴെയിറങ്ങി. അദ്ദേഹം തന്റെ വാളും ആടയാഭരണങ്ങളും അഴിച്ച് സാരഥിയെ ഏല്പിച്ചു. ഒടുവിൽ തന്റെ കുതിരയായ കന്ദകനേയും കൈമാറി. എന്നിട്ട് ചന്നനോട് പറഞ്ഞു.

“ഇതെല്ലാം കൊട്ടാരത്തിൽ തിരിച്ചേല്പിക്കണം. ഞാനിനി സത്യം കണ്ടെത്തിയിട്ടേ തിരിച്ചുവരൂ.”

ഒന്നും പറയാനാകാതെ ആ സാരഥി വിഷമിച്ചുനിന്നു. സിദ്ധാർ ത്ഥന്റെ ജനനസമയത്ത് അസിതമുനി പറഞ്ഞ പ്രവചനം സത്യമാ യിരിക്കുന്നു. ഇനി ഒരിക്കലും കപിലവസ്തുവിലെ കൊട്ടാരത്തിൽ സിദ്ധാർത്ഥനെ കാണില്ല; ഈ ശബ്ദം കേൾക്കില്ല.

ഇതും ജീവിതത്തിന്റെ വഴി തന്നെ.

നിശ്ശബ്ദനായി, കുതിരയും ആടയാഭരണങ്ങളുമായി ചന്നൻ തിരികെ കൊട്ടാരത്തിലേക്കു പോന്നു. സിദ്ധാർത്ഥൻ കൈയിൽ കരു തിയ സന്ന്യാസ വസ്ത്രമെടുത്തു ധരിച്ചു.

ആ വസ്ത്രത്തിന് മണ്ണിന്റെ നിറമായിരുന്നു. പിന്നീടങ്ങോട്ട് സത്യം തേടിയുള്ള യാത്ര ആരംഭിച്ചു. നടന്നുനടന്ന് അദ്ദേഹം ഒടുവിൽ മഗധ രാജ്യത്തിലെത്തി. ബിംബിസാര മഹാരാജാവായിരുന്നു അന്ന് മഗധ ഭരിച്ചിരുന്നത്. തന്റെ രാജ്യത്ത് അതീവ ചൈതന്യമുള്ള ഒരാൾ എത്തിച്ചേർന്നിരിക്കുന്നു എന്ന വാർത്ത ബിംബിസാരൻ കേൾക്കാനിട യായി. ജനങ്ങൾ മുഴുവൻ ആദരവോടെ ഉറ്റുനോക്കുന്ന ആ സന്ന്യാ സിയെ കാണാൻ ബിംബിസാരനും ആഗ്രഹിച്ചു.

സന്ന്യാസിയെ കാണുക എന്ന ലക്ഷ്യത്തോടെ ബിംബിസാരൻ സിദ്ധാർത്ഥന്റെ അടുത്തെത്തി. കാവിവസ്ത്രമാണ് അണിഞ്ഞിരുന്ന തെങ്കിലും ആ സന്ന്യാസിയിൽ ഒരു രാജതേജസ്സാണ് രാജാവ് കണ്ടത്. അത്ഭുതത്തോടെ, അതിലേറെ ആദരവോടെ, സുന്ദരവും പ്രസന്നവു മായ സിദ്ധാർത്ഥരൂപത്തെ അദ്ദേഹം നോക്കിനിന്നു.

ഒരു മരത്തിന്നു കീഴിൽ അഗാധമായ ധ്യാനത്തിൽ മുഴുകി യിരിക്കുന്ന സിദ്ധാർത്ഥൻ ഉണരുന്നതുവരെ ബിംബിസാരൻ കാത്തു

നിന്നു. ഉണർന്നപ്പോൾ, അദ്ദേഹത്തിന്റെ അടുത്തെത്തി രാജാവ് പറഞ്ഞു:

"അങ്ങയെ കാണാനാണ് ഞാൻ വന്നത്. അങ്ങ് എന്തിനാണ് സന്ന്യാസം സ്വീകരിച്ച് ഈ കഷ്ടപ്പാടുകൾ സഹിക്കുന്നത്? വരൂ, അങ്ങ് എന്റെ കൊട്ടാരത്തിലേക്ക് വരൂ. എല്ലാ സുഖസൗകര്യങ്ങളോടും കൂടി ഭരണകാര്യങ്ങളിൽ എനിക്കൊരു സഹായിയായി നമുക്കവിടെ കഴിയാം."

എന്നാൽ സിദ്ധാർത്ഥൻ ആ ക്ഷണം സ്വീകരിച്ചില്ല. ഒരു കൊട്ടാരം വിട്ടിറങ്ങിയത് മറ്റൊരു കൊട്ടാരത്തിൽ ചേക്കേറാനല്ല. അതിനാൽ, ബിംബിസാരന് സിദ്ധാർത്ഥനില്ലാതെ മടങ്ങേണ്ടി വന്നു.

ഏഴ്

സിദ്ധാർത്ഥൻ യാത്ര തുടർന്നു. ആ യാത്രയിൽ അദ്ദേഹം അലാര കലാമ എന്നൊരു സന്ന്യസിയുടെ ആശ്രമത്തിലെത്തിച്ചേർന്നു. അക്കാലത്തെ മഹാനായ ഗുരുവായിരുന്നു കലാമ. സിദ്ധാർത്ഥൻ എന്ന ബോധിസത്വൻ അദ്ദേഹത്തിന്റെ ശിഷ്യനായി ഗുരുവിനൊപ്പം കൂടി. ധ്യാനത്തിന്റെ പല പടവുകളും കലാമയിൽനിന്ന് ബോധിസത്വൻ പഠിച്ചു. ഏകാഗ്രത, അറിവ്, മനഃസാന്നിദ്ധ്യം, വിശ്വാസം തുടങ്ങി ഒട്ടേറെ കാര്യങ്ങൾ ആ ആശ്രമജീവിതത്തിനിടയിൽ അദ്ദേഹം നേടിയെടുത്തു. എന്നിട്ടും താനന്വേഷിക്കുന്നതുമാത്രം കണ്ടെത്താൻ കഴിഞ്ഞില്ല. അതു പകർന്നുകൊടുക്കാൻ കലാമയും അശക്തനായിരുന്നു.

സിദ്ധാർത്ഥന്റെ ജിജ്ഞാസ അറിഞ്ഞ കലാമയും ഒടുവിൽ സിദ്ധാർത്ഥനൊപ്പം സത്യാന്വേഷണത്തിനിറങ്ങി. അദ്ദേഹത്തിന്റെ നിർദ്ദേശപ്രകാരം ഏതാനും ശിഷ്യന്മാരും ആ സംഘത്തിലുൾപ്പെട്ടു. പക്ഷേ, സിദ്ധാർത്ഥൻ ഇതുകൊണ്ടൊന്നും സംതൃപ്തനായില്ല. അതിനാൽ അദ്ദേഹം അവരോടു യാത്ര പറഞ്ഞു. മറ്റൊരു മാർഗ്ഗത്തിലൂടെ സഞ്ചരിച്ചു.

ആ യാത്ര അദ്ദേഹത്തെ കൊണ്ടെത്തിച്ചത് രാമപുത്ര എന്നൊരു സന്ന്യാസിയുടെ അടുക്കലായിരുന്നു.

സത്യാന്വേഷണത്തിന്റെ പാതയിൽ ഏറെ ദൂരം സഞ്ചരിച്ച ഗുരുവായിരുന്നു രാമപുത്ര. അദ്ദേഹം ബോധിസത്വന് കുറേക്കൂടി അറിവുകൾ പകർന്നു നൽകി. അങ്ങനെ ധ്യാനത്തിന്റെ അവസാന പടിയും ബുദ്ധൻ കണ്ടു. ഗൗതമന്റെ ഉയർച്ചയിൽ ഗുരുവിന് അതിയായ സന്തോഷം തോന്നി. തന്റെ മുഴുവൻ ശിഷ്യരുടെയും ചുമതല സിദ്ധാർത്ഥന് ഏല്പിച്ചു കൊടുക്കുവാൻ അദ്ദേഹം തീരുമാനിച്ചു. എന്നാൽ ഗൗതമനുണ്ടോ അതിനു തയ്യാറാകുന്നു! ശിഷ്യരെ സൃഷ്ടിക്കുകയല്ലായിരുന്നു അദ്ദേഹത്തിന്റെ ലക്ഷ്യം. ഒരു ഗുരുവായിരിക്കുന്നതുകൊണ്ടുമാത്രം സംതൃപ്തമാകുന്നതല്ലായിരുന്നു ആ മനസ്സ്.

അതുകൊണ്ട് അദ്ദേഹം രാമപുത്രനോടും യാത്ര പറഞ്ഞിറങ്ങി. സിദ്ധാർത്ഥന്റെ നടത്തം തുടരുകയാണ്. അങ്ങനെ നടന്നു നടന്ന് അദ്ദേഹം ഉരുവേല എന്ന സ്ഥലത്തുള്ള ഒരു കാട്ടിൽ എത്തിച്ചേർന്നു.

ഏകാഗ്രമായി ധ്യാനത്തിനു പറ്റിയ ഒരിടമാണിതെന്ന് ബോധിസത്വന് തോന്നി. അദ്ദേഹം അവിടെവച്ച് അഞ്ചു സന്ന്യാസിമാരെ കണ്ടു. ഊണും ഉറക്കവും ഉപേക്ഷിച്ച് കഠിനതപസ്സിൽ ഏർപ്പെട്ടവരായിരുന്നു അവർ. അവരുടെ ചിന്തയും ജീവിതരീതിയും സിദ്ധാർത്ഥനെ ആകർഷിച്ചു. ഒരുപക്ഷേ, ഇവരുടെ മാർഗ്ഗമായിരിക്കും ശരിയെന്ന് അദ്ദേഹം കരുതി..

ഏതായാലും ആ കാടു തന്നെ തന്റെ ധ്യാനത്തിനായി തിരഞ്ഞെടുത്തു. ആ അഞ്ചു സന്ന്യാസിമാർക്കൊപ്പം അദ്ദേഹവും ധ്യാനത്തിനിരുന്നു. പക്ഷേ ബോധിസത്വന്റെ ധ്യാനരീതികൾ കൂടെയുള്ളവരുടേതിനേക്കാൾ കർക്കശമായിരുന്നു. ഒരു തരത്തിലുള്ള സന്തോഷവും ശരീരത്തിനു നൽകാതെയുള്ള തീവ്രതപസ്സ്. ഇതു കണ്ടപ്പോൾ മറ്റുള്ളവർക്ക് അദ്ദേഹത്തോട് എന്തെന്നില്ലാത്ത ആദരവു തോന്നി.

എട്ട്

സത്യം കണ്ടെത്തുക, അല്ലെങ്കിൽ മരണം വരെ ഉപവസിക്കുക എന്നതായിരുന്നു ഗൗതമന്റെ നിശ്ചയം. അങ്ങനെ, യാതൊരാഹാര വുമില്ലാതെയുള്ള കഠിന തപസ്സുകൊണ്ട് സിദ്ധാർത്ഥൻ ഒരസ്ഥി പഞ്ജരം പോലെയായി. വിളറി വെളുത്ത ആ സത്യാന്വേഷിക്ക് എഴു ന്നേറ്റു നിൽക്കുന്നതിനോ നടക്കുന്നതിനോ കഴിയാതെയായി. ഒരു ദിവസം, കാടിനരികിലൂടെ ഒഴുകുന്ന നീരാഞ്ജന നദിയിൽ കുളി ക്കാനിറങ്ങിയതായിരുന്നു ഗൗതമൻ. പക്ഷേ, നദിയിൽനിന്നും കര കയറാൻ ആ ശരീരം അശക്തമായി. ഒടുവിൽ ഒരു കണക്കിന് ഒരു മരക്കൊമ്പിൽ പിടിക്കാൻ അദ്ദേഹത്തിനു കഴിഞ്ഞു. അങ്ങനെ കര യിലേക്കു കയറിയപ്പോഴേയ്ക്കും അദ്ദേഹം തളർന്നുവീണിരുന്നു.

ആ കാഴ്ച കണ്ടുനിന്ന കൂടെയുള്ളവർ, ഗൗതമൻ മരിച്ചു എന്നു തന്നെ കരുതി. ആ സമയത്താണ് സുജാത എന്ന ഒരു ഇടയ പെൺകുട്ടി ആ വഴി വന്നത്. തന്റെ ആടുമാടുകളെ അന്വേഷിച്ചിറങ്ങി യതായിരുന്നു അവൾ. ബോധമറ്റുകിടക്കുന്ന സിദ്ധാർത്ഥനെ കണ്ട പ്പോൾ അവളുടെ മനസ്സിൽ അലിവു തോന്നി. അവളുടനെ ഓടിച്ചെന്ന് ആടുകളെ കറന്ന് ഒരു പാത്രം പാലുമായി മടങ്ങിവന്നു. ആ പാൽ അവൾ ശ്രദ്ധാപൂർവ്വം ഗൗതമന്റെ വായിലൊഴിച്ചുകൊടുത്തു. വിശപ്പും ദാഹവും നന്നേ തളർത്തിയ സിദ്ധാർത്ഥൻ ആർത്തിയോടെ അതു കുടിക്കുകയും ചെയ്തു.

സിദ്ധാർത്ഥൻ ഉണർന്നെണീറ്റു. മരണത്തിൽനിന്നും രക്ഷപ്പെട്ടു. ഈ കാഴ്ച കണ്ടുനിന്ന മറ്റു സന്ന്യാസിമാർക്ക് കോപം അടക്കാനാ യില്ല. സിദ്ധാർത്ഥൻ ധ്യാനത്തിന്റെ വഴി ഉപേക്ഷിച്ചുവെന്ന് അവർക്കു തോന്നി. അതുകൊണ്ട് ഇനി ഇയാൾക്കൊപ്പം കൂടുന്നത് ശരിയ ല്ലെന്നുറച്ച് , അവർ ഗൗതമനെ ഉപേക്ഷിച്ചുപോയി.

ഈ സംഭവത്തോടെ ഗൗതമന് ഒരു കാര്യം മനസ്സിലായി. ശരി യായ സത്യാന്വേഷണത്തിന്റെ പാത ശരീരത്തെ പീഡിപ്പിക്കലല്ല. പട്ടി ണികൊണ്ട് ഒരിക്കലും സത്യം കണ്ടെത്താനാകില്ലെന്ന് അദ്ദഹമറി ഞ്ഞു. അങ്ങനെ വീണ്ടും യാത്ര തുടർന്നു.

ഉരുവേലയിലെ കാടുകളിൽനിന്ന് സിദ്ധാർത്ഥൻ നടന്നെത്തിയത് ബുദ്ധഗയയിലായിരുന്നു. അവിടെ ഒരു ബോധിവൃക്ഷച്ചുവട്ടിൽ

ഗൗതമനിരുന്നു. അന്ന് അദ്ദേഹത്തിന്റെ പിറന്നാൾ ദിനമായിരുന്നു. നിർവ്വാണം എത്തിച്ചേരുന്നതുവരെ അവിടെയിരുന്നു ധ്യാനിക്കാൻ ബുദ്ധൻ തീരുമാനിച്ചു. നല്ല പൂനിലാവുള്ള രാത്രിയിൽ, ദൃഢനിശ്ചയത്തോടെ ബോധിമരച്ചുവട്ടിലിരിക്കുന്ന സിദ്ധാർത്ഥനെ കണ്ട് ദേവകൾ സന്തോഷിച്ചു. എന്നാൽ ഈ ധ്യാനം അവസാനിപ്പിക്കുവാനാണ് കാമദേവൻ ശ്രമിച്ചത്.

ആഹാരത്തിന്റേയും ആഭരണങ്ങളുടെയും സുന്ദരികളായ നർത്തകിമാരുടേയും കാഴ്ചകൾ കാമദേവൻ സിദ്ധാർത്ഥനു മുൻപിൽ കൊണ്ടുവന്നു. പക്ഷേ പ്രലോഭനങ്ങൾക്കൊന്നും സിദ്ധാർത്ഥന്റെ മനസ്സിനെ മാറ്റാനായില്ല. ഒടുവിൽ ഭീകര രൂപികളെക്കൊണ്ടും ആയുധങ്ങൾ കൊണ്ടും ആക്രമിക്കാനായി ശ്രമം. കൊടുങ്കാറ്റും പേമാരിയും മിന്നലും ഇടിവെട്ടും അന്തരീക്ഷത്തിൽ നിറച്ചു. എന്നാൽ അവയെല്ലാം പൂവിതളുകളായി ഗൗതമന്റെ മേൽ വന്നു വീണു. അങ്ങനെ കാമദേവൻ തോറ്റു പിൻവാങ്ങി.

ഗൗതമനാകട്ടെ, ധ്യാനത്തിന്റെ പടവുകൾ ഒന്നൊന്നായി കയറിപ്പോകുകയായിരുന്നു. സ്വന്തം ഹൃദയത്തിലേക്കു ശ്രദ്ധ വച്ചുള്ള വിപാസന എന്ന പുതിയൊരു ധ്യാനരീതിയായിരുന്നു ഗൗതമന്റേത്. ആ ധ്യാനത്തിൽ ഓരോ സത്യവും അദ്ദേഹമറിയാൻ തുടങ്ങി. എല്ലാവരിലും ഈ സത്യമുണ്ടെന്ന് അദ്ദേഹമറിഞ്ഞു. തന്റെ മുൻജന്മങ്ങളെക്കുറിച്ചും ജിവിത സത്യത്തെക്കുറിച്ചും അദ്ദേഹം മനസ്സിലാക്കി. ഗൗതമന്റെ ശരീരം പ്രകാശപൂർണ്ണമായിത്തീർന്നു. വളരെ നാൾ നീണ്ട ആ ധ്യാനത്തിനൊടുവിൽ, അദ്ദേഹത്തിന്റെ മുപ്പത്തിയഞ്ചാമത്തെ വയസ്സിൽ, ഒരു പൗർണമി രാത്രിയിൽ, ഗൗതമന് ബോധോദയമുണ്ടായി. അതോടെ, എല്ലാ അറിവുകളും ഗൗതമനിലുണർന്നു. അദ്ദേഹം തന്റെ വലതുകൈ നീട്ടി, തനിക്കു ജന്മം തന്ന ഭൂമിയെ ഒന്നു സ്പർശിച്ചു.

ഒമ്പത്

സത്യബോധത്തിലേക്കുണർന്ന സിദ്ധാർത്ഥൻ ബുദ്ധനായി മാറി. ദൈവികമായ ഒരു പ്രകാശം ബുദ്ധശരീരത്തിലെങ്ങും പ്രസരിച്ചു. അദ്ദേഹം മെല്ലെ മിഴികൾ തുറന്നു. ബുദ്ധൻ എഴുന്നേറ്റു നടന്നു. ഗംഗാതീരത്തുള്ള ബനാറസിലെ സാരാനാഥിലേക്കായിരുന്നു ആ യാത്ര. ഉരുവേലയിലെ കാടുകളിൽവച്ചു തന്നെ പിരിഞ്ഞുപോയ അഞ്ചു ഭിക്ഷുക്കൾ അവിടെ ഉണ്ടായിരുന്നു. അവരോട് താൻ കണ്ടെത്തിയ സത്യത്തെക്കുറിച്ച് അദ്ദേഹം പറഞ്ഞു.

ജീവിതം ദുഃഖമാണ്. ജനനവും മരണവും ആഗ്രഹവും അസൂയയും വെറുപ്പും ശത്രുതയും രോഗവും വാർദ്ധ്യക്യവുമെല്ലാം ദുഃഖത്തിനു കാരണമാകുന്നു. ഇതായിരുന്നു ആദ്യത്തെ സത്യം.

പ്രിയതരമായ എല്ലാറ്റിനോടുമുള്ള അടങ്ങാത്ത ആഗ്രഹമാണ് തൃഷ്ണ. ഈ തൃഷ്ണ എല്ലാവരിലുമുണ്ട്. തൃഷ്ണയ്ക്കു കാരണം അജ്ഞത (അറിവില്ലായ്മ)ആണ്. ശാന്തിയും സന്തോഷവും അനുഭവിക്കണമെങ്കിൽ, എല്ലാ തരത്തിലുമുള്ള ആഗ്രഹങ്ങളും ഉപേക്ഷിക്കണം. ഇതു രണ്ടാമത്തെ സത്യം. എല്ലാ ദുഃഖങ്ങൾക്കും പരിഹാരമുണ്ട്. അതു നിർവ്വാണത്തിലൂടെയാണ്. അത് ആഗ്രഹങ്ങളെ അവസാനിപ്പിക്കലാണ്. ഈ സത്യം മൂന്നാമത്തേത്.

ദുഃഖങ്ങൾ അവസാനിപ്പിക്കുന്നതിനും നിർവ്വാണത്തിലെത്തുന്നതിനും എട്ടു (അഷ്ട)മാർഗ്ഗങ്ങളുണ്ട്.

1) നല്ല ദൃഷ്ടി - അതായത് സത്യത്തെ അറിയുക, വിശ്വസിക്കുക.
2) നല്ല സങ്കല്പം - ഇതു മനസ്സിലെ സംശയങ്ങളെ ഇല്ലാതാക്കലാണ്.
3) നല്ല വാക്ക് - നന്മ നിറഞ്ഞ വാക്കുകൾ മാത്രം പറയുക.
4) നല്ല കർമ്മം - പ്രവൃത്തിയിൽ നന്മ നിറയ്ക്കുക.
5) നല്ല ജീവിതമാർഗ്ഗം - ജീവിക്കാനുള്ളത് നല്ല പ്രവൃത്തിയിലൂടെ മാത്രം നേടുക.
6) നല്ല യത്നം - ശ്രദ്ധയോടെ, കാരുണ്യത്തോടെയുള്ള ശരിയായ യജ്ഞം.
7) നല്ല ചിന്ത - ജീവിതത്തിലുള്ള ശരിയായ ചിന്ത.

8) നല്ല ധ്യാനം - ജീവിതത്തെക്കുറിച്ചുള്ള നിരന്തരധ്യാനം. ഇതു ശാന്തതയിലേക്കും നിർവ്വാണത്തിലേയ്ക്കും നയിക്കും.

ഈ എട്ടു മാർഗ്ഗങ്ങളടങ്ങിയതാണ് നാലാമത്തെ സത്യം. ധർമ്മിഷ്ഠനായ മനുഷ്യൻ അനുസരിക്കേണ്ട സത്യങ്ങളാണിവ.

മനസ്സ് മാലിന്യങ്ങൾകൊണ്ട് നിറഞ്ഞിരുന്നാൽ പ്രാർത്ഥനകൾ കൊണ്ട് ഫലമുണ്ടാകില്ല. ഏറ്റവും ചെറിയ ജീവിയിൽപോലും ദൈവത്തിന്റെ മഹത്ത്വമുണ്ട്. അതുകൊണ്ട്, ഒന്നിനേയും നോവിക്കുകയോ, കൊല്ലുകയോ ചെയ്യരുത്. അഹിംസയാണ് പരമമായ ധർമ്മം. വാക്കിലും പ്രവൃത്തിയിലും തിന്മയുണ്ടായാൽ, ഗംഗാജലത്തിൽ കുളിച്ചതുകൊണ്ടും കാര്യമില്ല.

ബുദ്ധനെ ശ്രവിച്ച അഞ്ചു ഭിക്ഷുക്കൾക്കും ഒരു കാര്യം മനസ്സിലായി. ബുദ്ധൻ സത്യം കണ്ടെത്തിയിരിക്കുന്നു. ബുദ്ധന് ബോധോദയമുണ്ടായിരിക്കുന്നു. അവരഞ്ചുപേരും ആ സത്യത്തെ സ്വീകരിക്കാൻ തയ്യാറായി. അഷ്ടമാർഗ്ഗങ്ങളനുസരിച്ചു ജീവിക്കാൻ അവരുറച്ചു.

അവരാണ് ഗൗതമ സിദ്ധാർത്ഥനെ ആദ്യമായി ഗൗതമബുദ്ധൻ എന്നു വിളിച്ചത്.

ആ ഭിക്ഷുക്കൾ ബുദ്ധന്റെ ശിഷ്യരായി. അവരിൽ നിന്നു മറ്റു പലരിലേയ്ക്കും ബുദ്ധധർമ്മം പടർന്നു. അവരൊരു സംഘമായി - ബുദ്ധമതസംഘം.

ബുദ്ധന്റെ വാക്കുകൾ കാരുണ്യം നിറഞ്ഞവയായിരുന്നു. ധർമ്മത്തിന്റെ പാതയിൽ, ഏവരേയും സഹായിക്കണമെന്ന് ബുദ്ധൻ അവരോടു പറഞ്ഞു.

പത്ത്

സംഘത്തോടൊപ്പം ബുദ്ധൻ യാത്ര ആരംഭിച്ചു. അവർ ആദ്യമായി പോയത് ഉരുവേലത്തേയ്ക്കായിരുന്നു. ജാതിലന്മാർ എന്ന ബ്രാഹ്മണർ താമസിക്കുന്ന ഇടമായിരുന്നു അത്. അഗ്നിയെ ആരാധിക്കുന്നവരായിരുന്നു അവർ. മഹാകാശ്യപനായിരുന്നു ഉരുവേലത്തിലെ ബ്രാഹ്മണമുഖ്യൻ. കാശ്യപന്റെ ജ്ഞാനവിജ്ഞാനങ്ങൾ രാജ്യമെങ്ങും പ്രശസ്തമായിരുന്നു.

ആ കാശ്യപനു മുമ്പിൽ ബുദ്ധൻ ചെന്നു നിന്നു.

ബുദ്ധനെ കണ്ട കാശ്യപന് അതിശയം തോന്നി.

എത്ര ചൈതന്യം തുടിക്കുന്ന കണ്ണുകൾ!

എത്ര പ്രസന്നമായ മുഖം!

ഒരു നിമിഷത്തെ മൗനത്തിനുശേഷം ബുദ്ധൻ കാശ്യപനോടു ചോദിച്ചു:

"ഇന്നു രാത്രി ഞാനങ്ങയോടൊപ്പം തങ്ങിക്കോട്ടെ?"

ആ വാക്കുകൾ കാശ്യപന്റെ ഹൃദയത്തിൽ തൊട്ടു. ആ മഹാജ്ഞാനിയ്ക്ക് എങ്ങനെയാണ് ബുദ്ധന്റെ വാക്കുകൾ നിരസിക്കാൻ കഴിയുക!

എങ്കിലും അദ്ദേഹം ഒരു മുന്നറിയിപ്പു നൽകി.

"ഇവിടെ എന്റെ മുറിയിൽ ഒരിക്കലുമണയാത്ത അഗ്നിയും അപകടകാരിയായ ഒരു വിഷസർപ്പവുമുണ്ട്. അങ്ങേയ്ക്കു വിരോധമില്ലെങ്കിൽ ഇവിടെ തങ്ങാം."

ബുദ്ധൻ മന്ദഹസിച്ചു.

ആ ക്ഷണം സ്വീകരിച്ചു.

ബുദ്ധൻ അകത്തേയ്ക്കു പ്രവേശിച്ചു. അവിടെ അഗ്നിയും സർപ്പവുമുണ്ടായിരുന്നു. പക്ഷേ ബുദ്ധന് ഭയം തോന്നിയില്ല. നിശ്ശബ്ദനായിരുന്ന് ധ്യാനിക്കാൻ തുടങ്ങി.

അല്പസമയം കഴിഞ്ഞു. ആ കരാള സർപ്പം പതുക്കെ പതുക്കെ അദ്ദേഹത്തിനരുകിലേക്കു നീങ്ങി. പിന്നെ, പത്തി വിടർത്തി ഒറ്റ ചീറ്റൽ! മുറിയാകെ അഗ്നി പടർന്നു.

ബുദ്ധൻ അനങ്ങിയില്ല; ഒന്നും അറിഞ്ഞുമില്ല.

മുറിയിൽ പടർന്ന അഗ്നി നിലച്ചു. എന്നാൽ അപ്പോഴേയ്ക്കും ആ അഗ്നിയിൽ വിഷസർപ്പം എരിഞ്ഞടങ്ങിയിരുന്നു.

ഈ സംഭവമറിഞ്ഞ കാശ്യപൻ ഞെട്ടിപ്പോയി.

തന്റെ മുമ്പിലിരിക്കുന്ന ഈ ശാക്യമുനിയുടെ ആത്മശക്തി എത്ര വലുതെന്ന് അദ്ദേഹമറിഞ്ഞു.

കാശ്യപനു മനസ്സിലെന്തോ വിഷമം തോന്നിത്തുടങ്ങി. ബുദ്ധൻ ഉരുവേലത്തിൽ താമസിക്കാൻ തുടങ്ങിയാൽ അതു തനിക്കു പ്രയാസമാകും. മഹാജ്ഞാനിയായ കാശ്യപനെ കാണാനും അദ്ദേഹത്തിന്റെ ഉപദേശങ്ങൾ സ്വീകരിക്കാനും ഒട്ടേറെപ്പേർ വരുന്നുണ്ടായിരുന്നു.

ഇനിയിപ്പോൾ ബുദ്ധൻ ഇവിടെയുണ്ട്. ചൈതന്യസ്വരൂപൻ! ആളുകളിനി തന്നെ വിട്ട് ബുദ്ധന്റെ അടുത്തേക്കു പോകുമോ? തന്റെ മഹത്ത്വം കുറയുമോ?

കാശ്യപൻ ചിന്തയിലാണ്ടു. എങ്കിലും അദ്ദേഹം അതൊന്നും പുറത്തു കാണിച്ചില്ല.

പക്ഷേ എല്ലാമറിയുന്നവനായിരുന്നു ബുദ്ധൻ.

അദ്ദേഹം കാശ്യപന്റെ മനസ്സു വായിച്ചു. അതിനുള്ളിലെ പ്രയാസങ്ങൾ മനസ്സിലാക്കി.

ബുദ്ധൻ കാശ്യപനോടു പറഞ്ഞു:

"അങ്ങയുടെ മനസ്സ് എന്തിനാണ് അസൂയകൊണ്ട് നിറയുന്നത്? ഇതങ്ങേയ്ക്കു യോജിച്ചതല്ല. മനസ്സിലെ മോശമായ എല്ലാ ചിന്തകളേയും ഒഴിവാക്കുക. അല്ലെങ്കിൽ മുക്തി ലഭിക്കില്ല."

ബുദ്ധന്റെ വാക്കുകൾ കേട്ട കാശ്യപൻ സ്തബ്ധനായി. കുറ്റബോധം അദ്ദേഹത്തിന്റെ മനസ്സിൽ നിറഞ്ഞു. പിന്നീട് ഒന്നിനും കാത്തു നിൽക്കാതെ, ആ മഹാജ്ഞാനി ബുദ്ധനു മുമ്പിൽ നമസ്കരിച്ച്, ഒരു ബുദ്ധഭിക്ഷുവായി. അദ്ദേഹം ബുദ്ധസംഘത്തിൽ ചേർന്നു.

കാശ്യപന്റെ പാത സ്വീകരിച്ച് ഉരുവേലത്തിലെ മറ്റു ബ്രാഹ്മണരും ബുദ്ധന്റെ അനുയായികളായി.

പതിനൊന്ന്

ബുദ്ധഭിക്ഷുക്കളുടെ എണ്ണം ഓരോ ദിവസവും കൂടിക്കൊണ്ടിരുന്നു. ഇപ്പോൾ ആയിരത്തിമൂന്നു ഭിക്ഷുക്കളുണ്ട് ആ സംഘത്തിൽ. ബുദ്ധൻ അവരോടൊത്ത് ഉരുവേലത്തിൽനിന്ന് യാത്രയായി. മഗധയിലെ രാജഗൃഹത്തിലേയ്ക്കായിരുന്നു അവർ പോയത്.

ഗൗതമബുദ്ധൻ വലിയൊരു ഭിക്ഷുസംഘവുമായി നഗരത്തിൽ എത്തിച്ചേർന്ന വാർത്ത കാട്ടുതീപോലെ എങ്ങും പടർന്നു. ജനങ്ങൾ ആ സംഘത്തെ കാണാൻ ഒഴുകിയെത്തി. മഗധയിലെ രാജാവായ ബിംബിസാരന്റെ ചെവികളിലും ഈ വാർത്തയെത്തി.

ബിംബിസാരനും അദ്ദേഹത്തിന്റെ മന്ത്രിമാരും ബുദ്ധനെ സ്വീകരിക്കാനെത്തിച്ചേർന്നു. ബുദ്ധന്റെ ആത്മതേജസ്സും, ശിഷ്യനായ കാശ്യപന്റെ ദർശനവും ബിംബിസാരനിൽ എന്തെന്നില്ലാത്ത മതിപ്പുളവാക്കി. അദ്ദേഹം അവരെ കൊട്ടാരത്തിലേയ്ക്കു ക്ഷണിച്ചു. രാജാവിനും ജനങ്ങൾക്കും ബുദ്ധന്റെ വാക്കുകൾ കേൾക്കാൻ ആഗ്രഹമുണ്ടായി.

അഹങ്കാരവും സ്വാർത്ഥതയുമാണ് എല്ലാ ദുഃഖങ്ങൾക്കും കാരണമെന്ന് ബുദ്ധൻ വിശദീകരിച്ചു. എപ്പോഴും കാരുണ്യത്തോടെ ജീവിക്കുക. മറ്റുള്ളവർക്കുള്ള പോരായ്മകളെ മറന്ന് ഏവരോടും സഹാനുഭൂതിയുള്ളവരാകുക. താൻ കണ്ടെത്തിയ നാലു ശ്രേഷ്ഠതത്ത്വങ്ങളും അദ്ദേഹം അവർക്കു വിവരിച്ചുകൊടുത്തു.

ജീവിതത്തിലിന്നോളം കേൾക്കാത്ത, അറിയാത്ത ആശയങ്ങളാണ് ബിംബിസാരൻ ബുദ്ധനിൽനിന്നു മനസ്സിലാക്കിയത്. ആ ആശയങ്ങൾക്കനുസരിച്ചു ജീവിക്കാൻ അദ്ദേഹത്തിന്റെ മനസ്സ് വെമ്പൽ കൊണ്ടു.

രാജാവ് ബുദ്ധനോട് തന്റെ ആഗ്രഹമറിയിച്ചു. തനിക്കും ധർമ്മസംഘത്തിൽ ചേരണം. ബുദ്ധനു സംശയമുണ്ടായില്ല. ബിംബിസാരനേയും അദ്ദേഹം സംഘത്തിലേയ്ക്കു സ്വീകരിച്ചു. ആനന്ദഭരിതനായ രാജാവ്, വേണുവനം എന്നു പേരുള്ള തന്റെ ഉദ്യാനം സംഘത്തിനു ദാനം ചെയ്തു. ദാനം സ്വീകരിച്ച ബുദ്ധൻ പക്ഷേ, അവിടെ നിന്നില്ല. അദ്ദേഹം ഭിക്ഷുക്കൾക്കൊപ്പം ധർമ്മപ്രചാരണത്തിനുള്ള യാത്ര തുടർന്നു.

രാജഗൃഹത്തിനടുത്തുവച്ച് ആ യാത്രയിൽ മറ്റൊരു സംഭവംകൂടി നടന്നു. ബുദ്ധനും ഭിക്ഷുക്കളും അവിടെ ഭിക്ഷാടനം നടത്തുകയായിരുന്നു. ബുദ്ധന്റെ അഞ്ചു ശിഷ്യൻമാരിൽ ഒരാളായ അസ്സജിഭിക്ഷുവിനെ സരിപുത്തൻ എന്നൊരാൾ കണ്ടു. ഭിക്ഷുവിന്റെ ശാന്തഗംഭീരമായ മുഖഭാവം സരിപുത്തനെ വല്ലാതെ ആകർഷിച്ചു. അദ്ദേഹം സഞ്ജയൻ എന്നു പ്രസിദ്ധനായ ഒരു സന്ന്യാസിയുടെ ശിഷ്യനായിരുന്നു. സാരിപുത്തനെക്കൂടാതെ വേറെയും അനേകം ശിഷ്യൻമാർ സഞ്ജയനുണ്ടായിരുന്നു. എന്നാൽ സരിപുത്തന് ആ ഗുരുവിന്റെ കീഴിലുള്ള ജീവിതം തൃപ്തികരമായിരുന്നില്ല.

ഇന്നിപ്പോഴിതാ സരിപുത്തൻ അസ്സജിഭിക്ഷുവിനെ കണ്ടിരിക്കുന്നു. അദ്ദേഹം ഭിക്ഷുവിനോടു സംസാരിച്ചു. അപ്പോൾ മനസ്സിലായി, ഭിക്ഷു ബുദ്ധശിഷ്യനാണെന്ന്. ഉടനെ സരിപുത്തൻ മോഗല്ലാനൻ എന്ന സഞ്ജയശിഷ്യനോട് വിവരം ധരിപ്പിച്ചു. അവരൊരുമിച്ച് ഒരു തീരുമാനമെടുത്തു; ബുദ്ധസംഘത്തിൽ ചേരുകതന്നെ.

അങ്ങനെ സരിപുത്തനും മോഗല്ലാനനും സംഘത്തിൽ ചേർന്നപ്പോൾ സഞ്ജയന്റെ ശിഷ്യരായ നൂറ്റിയമ്പതു ശിഷ്യൻമാരും ബുദ്ധധർമ്മം സ്വീകരിച്ചു.

പന്ത്രണ്ട്

ബുദ്ധനേയും അദ്ദേഹത്തിന്റെ ധർമ്മസംഘത്തേയും അടുത്തറിഞ്ഞവരൊക്കെ ഇഷ്ടപ്പെട്ടു. അവർ ഒരിക്കലും സാധാരണ ജനങ്ങളിൽ നിന്നും മാറി നടന്നവരായിരുന്നില്ല. ലോകത്തിന്റെ മുഴുവൻ സുഖമായിരുന്നു ആ ധർമ്മസംഘത്തിന്റെ ലക്ഷ്യം. ജനങ്ങൾ പരസ്പരം കലഹിക്കുന്നത് ബുദ്ധനെ വേദനിപ്പിച്ചു. ഭൗതികമായ സുഖങ്ങൾ എന്തൊക്കെയുണ്ടായാലും പരസ്പരം ചേർച്ചയില്ലെങ്കിൽ അതുകൊണ്ടു ഫലമില്ലെന്ന് അദ്ദേഹം ഉപദേശിച്ചു. ഏവർക്കും വേണ്ടത് കരുണയും ത്യാഗവുമാണ്.

ഒരിക്കൽ ബുദ്ധൻ ഭിക്ഷാടനം ചെയ്യുകയായിരുന്നു. അങ്ങനെ അദ്ദേഹം ഭരദ്വാജൻ എന്നൊരാളുടെ കൃഷിയിടത്തിലെത്തി. ഭരദ്വാജനപ്പോൾ വേലയെടുക്കുന്നവർക്ക് ഭക്ഷണം നൽകുകയായിരുന്നു.

ബുദ്ധഭഗവാൻ തന്റെ ഭിക്ഷാപാത്രം അദ്ദേഹത്തിനു നേരെ നീട്ടി. ആ കാഴ്ച കണ്ട ഭരദ്വാജൻ പൊട്ടിത്തെറിച്ചു.

“ഞാൻ വയലിൽ അദ്ധ്വാനിച്ചുണ്ടാക്കിയ ധ്യാനങ്ങളാണിത്. ഭിക്ഷയാചിക്കാതെ നിങ്ങളും വയലിൽ പോയി വേലചെയ്തു ഭക്ഷണം കഴിക്കുക.”

ഭഗവാൻ അതുകേട്ട് മന്ദഹസിച്ചു.

എന്നിട്ടു പറഞ്ഞു!

“ഭരദ്വാജൻ, അങ്ങുപറഞ്ഞ പ്രകാരമുള്ള ഒരാളാണ് ഞാനും. ഒരു കർഷകൻ. പക്ഷേ, ഞാൻ വിതയ്ക്കുന്ന വിത്തുകൾ വീഴുന്നത് മണ്ണിലല്ല, മനുഷ്യമനസ്സുകളിലാണ്.”

ആ പറഞ്ഞതിന്റെ പൊരുൾ ഭരദ്വാജനു മനസ്സിലായി. കൃഷി മോശമെന്നല്ല അദ്ദേഹം പറഞ്ഞത്. നീതിയും ധർമ്മവും ഇല്ലാതെ പ്രവർത്തിച്ചാൽ, ദുഃഖമായിരിക്കും ഫലം. ഒരാൾ കൃഷിചെയ്യുമ്പോൾ, മറ്റൊരാൾ അതു മോഷ്ടിക്കുന്നത് അധർമ്മമാണ്. ആരും ആരേയും ഹിംസിക്കാതെയാണ് ജീവിക്കേണ്ടത്.

ഭരദ്വാജൻ ഉടൻതന്നെ ഭിക്ഷുസംഘത്തിൽ ചേർന്നു. അയാൾ ബുദ്ധന്റെ ശിഷ്യനായി മാറി.

പതിമൂന്ന്

എല്ലാ ദിവസവും രാവിലെ ശിഷ്യരോട് ബുദ്ധൻ പ്രഭാഷണം നടത്താറുണ്ടായിരുന്നു. ഒരു ദിവസം അദ്ദേഹമെത്തിയത് കയ്യിലൊരു താമരപ്പൂവുമായിട്ടായിരുന്നു. ശിഷ്യർ മൗനത്തിലിരുന്നു. ബുദ്ധൻ അവർക്കു മുമ്പിലും. അദ്ദേഹം കയ്യിലെ താമരപ്പൂവിൽ ശ്രദ്ധ പതിപ്പിച്ചു. ഏറെ നേരം ഭഗവാൻ അങ്ങനെ ഇരുന്നു. ഒരക്ഷരം ഉരിയാടിയില്ല.

ശിഷ്യന്മാർ അമ്പരന്നു. ഇന്നുവരെ ഈ ഒരു രീതി അവർ ബുദ്ധനിൽ കണ്ടിട്ടില്ല. വന്നാലുടനെ സംസാരിക്കുകയാണ് പതിവ്. ഇന്നിതാ അഗാധമായ മൗനം. താമരപ്പൂവിൽ നോക്കി ഒരേയിരിപ്പ്!

എന്തുപറ്റിയതാകാം ബുദ്ധന്?

ഓരോ മനസ്സും ഓരോന്നു ചിന്തിച്ചു. പക്ഷേ ഒരാൾ മാത്രം-മഹാകാശ്യപൻ മാത്രം അമ്പരന്നില്ല. അദ്ദേഹം ചിരിക്കുകയാണ് ചെയ്തത്.

ആ ചിരി കേട്ട് ബുദ്ധൻ മുഖമുയർത്തി.

അദ്ദേഹം കാശ്യപനെ കണ്ടു. ആ ശിഷ്യനെ അരികിലേയ്ക്കു വിളിച്ച്, തന്റെ കയ്യിലുള്ള താമരപ്പൂവ് അദ്ദേഹത്തിനു നൽകി. എന്നിട്ടു മറ്റുള്ളവരോടായി പറഞ്ഞു.

“ആരും അമ്പരക്കേണ്ട. ഞാനിത്രനാളും വാക്കുകൾകൊണ്ട് സംസാരിച്ചതൊന്നും നിങ്ങൾ മനസ്സിലാക്കിയില്ല. ഇന്നിതാ ഞാൻ മൗനത്തിലൂടെ സംസാരിച്ചത് കാശ്യപൻ മനസ്സിലാക്കിയിരിക്കുന്നു.”

പതിനാല്

രാജഗൃഹത്തിലെ ഒരു മരച്ചുവട്ടിൽ വിശ്രമിക്കുകയായിരുന്നു ബുദ്ധൻ. അപ്പോൾ ആനന്ദപിണ്ഡികൻ എന്നൊരാൾ ബുദ്ധനെ കാണാനെത്തി. അയാൾ വളരെ സമ്പന്നനായിരുന്നു.

ഭഗവാൻ അയാളെ സ്വാഗതം ചെയ്തു. അയാൾക്കതിൽ അതിയായ സന്തോഷവും തോന്നി. ബുദ്ധൻ അയാളോടു സംസാരിക്കാൻ തുടങ്ങിയപ്പോൾ അയാൾക്ക് അഭിമാനം തോന്നാതിരുന്നില്ല. അയാൾ നല്ലൊരു മനുഷ്യനാണെന്ന് ബുദ്ധന് ഒറ്റ നോട്ടത്തിൽത്തന്നെ മനസ്സിലായി. സ്നേഹം, കരുണ, സഹാനുഭൂതി തുടങ്ങിയ ഗുണങ്ങളുടെ വിളനിലമായിരുന്നു അയാൾ.

ഈശ്വരനെക്കുറിച്ചായിരുന്നു അവരുടെ അന്നത്തെ സംഭാഷണം. ബുദ്ധൻ ആനന്ദപിണ്ഡികനോടു പറഞ്ഞു.

"നാം ചെയ്യുന്ന പ്രവൃത്തികൾതന്നെയാണ് നമ്മുടെ സുഖദുഃഖങ്ങൾക്കു കാരണം. ഈശ്വരന് അതിൽ പങ്കില്ല." ബുദ്ധൻ പറഞ്ഞ വാക്കുകൾ അയാളുടെ ഹൃദയത്തിൽ കൊണ്ടു. അല്പനേരത്തെ ആലോചനയ്ക്കു ശേഷം അയാൾ ബുദ്ധനോട് തന്റെ സങ്കടമുണർത്തിച്ചു.

ഭഗവാനേ, ഞാൻ സമ്പന്നനാണ്. വേണ്ടുവോളം അധികാരവും ശക്തിയുമെനിക്കുണ്ട്. എന്നിട്ടും മനശ്ശാന്തി ഇല്ല. സമ്പത്തിന്റേയും അധികാരത്തിന്റേയും ഭാരം എന്നെ വല്ലാതെ പ്രയാസപ്പെടുത്തുന്നു. ഇതു കേട്ട മാത്രയിൽ ബുദ്ധൻ ഒന്നു മന്ദഹസിച്ചു. ഭഗവാൻ അയാളുടെ കണ്ണുകളിലേക്കു നോക്കി. ഒന്നും മനസ്സിലാവാതെ ഇരിക്കുകയാണ് പിണ്ഡികൻ. അപ്പോൾ ബുദ്ധൻ പറഞ്ഞു:

"നിങ്ങൾ പറഞ്ഞതിനെപ്പറ്റി ഒന്നുകൂടി ചിന്തിച്ചു നോക്കൂ. സമ്പത്തിനും അധികാരത്തിനും എങ്ങനെയാണ് നിങ്ങളിൽ ഭാരമേല്പിക്കാൻ കഴിയുക? അവ രണ്ടും നിലനിർത്തുന്നതിനുള്ള നിങ്ങളുടെ ആഗ്രഹം കൊണ്ടല്ലേ നിങ്ങൾ പ്രയാസപ്പെടുന്നത്?"

ശരിയാണ്, ബുദ്ധൻ പറഞ്ഞതാണ് സത്യം. ആനന്ദപിണ്ഡികനു മനസ്സിലായി. അയാൾക്കപ്പോൾ വളരെ ആശ്വാസം തോന്നി.

ബുദ്ധനെ താണുവണങ്ങി, ഭാരമകന്ന ഹൃദയത്തോടെയാണ് പിണ്ഡികൻ തിരികെ പോയത്. കോസലരാജ്യത്തെ സരിപുത്ത

മായിരുന്നു അയാളുടെ നാട്. അവിടെ നിന്നും അയാൾ കോസല രാജധാനിയിലെത്തി രാജാവകാശിയായ ജേതൻ എന്ന രാജകുമാരനെ കണ്ടു. രാജകീയോദ്യാനം വാങ്ങുകയായിരുന്നു അദ്ദേഹത്തിന്റെ ഉദ്ദേശ്യം.

ജേതൻ പിണ്ഡികനോട് വിവരങ്ങൾ ചോദിച്ചറിഞ്ഞു. ബുദ്ധ സംഘത്തിനു പാർക്കാൻ ഒരു വിഹാരം നിർമ്മിക്കുന്നതിനാണ് ഉദ്യാനം വാങ്ങിയതെന്നറിഞ്ഞപ്പോൾ രാജകുമാരനു സന്തോഷമായി. കുമാരനും ബുദ്ധന്റെ ഒരാരാധകനായിരുന്നു. അതുകൊണ്ട് ഉദ്യാന ത്തിന്റെ പകുതി വില മാത്രമേ അദ്ദേഹം പിണ്ഡികനിൽനിന്നും ഈടാക്കിയുള്ളൂ.

ബുദ്ധവിഹാരം പണിയാനാരംഭിച്ചപ്പോൾ ജേതൻ ആ ഉദ്യാന ത്തിലെ വൃക്ഷങ്ങളെല്ലാം സംഘത്തിനു സ്വമനസ്സാലെ നൽകി.

ബുദ്ധൻ ആ ദാനം സ്വീകരിച്ചു. ആ ഉദ്യാനത്തിനു ജേതവനം എന്നു പേരിട്ടു. മാത്രമല്ല, കോസലരാജ്യം നന്മയുടെ വഴിയിലൂടെ എന്നും പുരോഗമിക്കട്ടെ എന്നനുഗ്രഹിക്കുകയും ചെയ്തു.

പതിനഞ്ച്

അഹിംസയും ലളിതജീവിതവുമാണ് ബുദ്ധൻ ഇഷ്ടപ്പെട്ടിരുന്നത്. ബുദ്ധസംഘത്തിലെ നിയമങ്ങളെല്ലാം അഹിംസയിലടിയുറച്ചതായിരുന്നു. സംഘത്തിൽ ആരെങ്കിലും തെറ്റുചെയ്താൽ നൽകുന്ന ഏറ്റവും വലിയ ശിക്ഷ അയാളെ സംഘത്തിൽ നിന്നും പുറത്താക്കലായിരുന്നു.

ഭിക്ഷുക്കൾ താമസിക്കേണ്ടത് ചെറിയ കുടിലുകളോ വിഹാരങ്ങളോ കെട്ടി അതിനുള്ളിലായിരുന്നു. ലളിതജീവിതം നയിക്കാൻ എന്നും ശ്രദ്ധ വേണം. സ്വന്തമായി എന്തെങ്കിലും ഉണ്ടായാൽ അതു വിട്ടുപോകാൻ പ്രയാസമാകും.

പക്ഷികളെ കണ്ടിട്ടില്ലേ? അവയുടെ ചിറകു മാത്രമാണ് ഓരോ യാത്രയിലും അവയ്ക്കു സ്വന്തം. അതുപോലെ ഭിക്ഷുവിനാവശ്യം ശരീരം മറയ്ക്കാനുള്ള വസ്ത്രവും അല്പം ആഹാരവും മാത്രമാണ്.

പക്ഷേ ഭിക്ഷുക്കളിൽ ചിലർക്ക് എല്ലാം പൂർണ്ണമായി ഉപേക്ഷിക്കാനായില്ല. അതുകൊണ്ട് അദ്ദേഹം കൂടുതൽ നിയമങ്ങൾ സംഘത്തിനുവേണ്ടി ഉണ്ടാക്കി. 'പാതിമോക്വം' എന്നാണവ അറിയപ്പെട്ടിരുന്നത്.

വസ്ത്രം ധരിക്കുന്നത് അലങ്കാരത്തിനുവേണ്ടിയല്ല. തണുപ്പ്, ചൂട്, ചെറുപ്രാണികൾ എന്നിവയിൽനിന്നുള്ള രക്ഷയ്ക്കും നഗ്നത മറയ്ക്കാനുമാണ്. ഭക്ഷണം കഴിയ്ക്കുന്നത് ബലവാനാകുന്നതിനോ തടിവയ്ക്കുന്നതിനോ, സുഖിക്കുന്നതിനോ വേണ്ടിയാകരുത്. അധിക ഭക്ഷണം കഴിച്ച് ശരീരത്തെ രോഗത്തിന് അടിമയാക്കരുത്. ഈ ജീവിതമാണ് സുഖജീവിതം.

ഒന്നാമനാകണം എന്ന ആഗ്രഹം വന്നാൽ നമുക്കു മറ്റുള്ളവരെ അംഗീകരിക്കാനാകില്ല. അവരുടെ ഗുണങ്ങളെപ്പോലും നാം ദോഷങ്ങളായി പറഞ്ഞു പരത്തും. തന്റെ വലിപ്പം കാണിക്കാൻ കൂടെ പലരേയും കൊണ്ടുനടക്കും.

ദേവദത്തൻ ഇതുപോലൊരു ഭിക്ഷുവായിരുന്നു. ബുദ്ധന്റെ ബന്ധുവാണെങ്കിലും ദേവദത്തന് ഒരാഗ്രഹം ഉടലെടുത്തു. സംഘത്തിന്റെ നേതൃത്വം തനിക്കു ലഭിക്കണം. അതിനെന്തു വഴി? അദ്ദേഹം തലങ്ങും

വിലങ്ങും ആലോചിച്ചു. ഒടുവിൽ ബുദ്ധനോട് നേരിട്ടു പറയാമെന്ന് തീരുമാനിച്ചു.

അദ്ദേഹം ഭഗവാന്റെ അടുത്തെത്തി.

“ഭഗവാൻ, അങ്ങയുടെ ഈ ധർമ്മസംഘത്തെ ഞാൻ നയിച്ചുകൊള്ളാം. ആ ചുമതലയും അധികാരവും അങ്ങെനിക്കു നൽകിയാലും.”

ദേവദത്തന്റെ ലക്ഷ്യം ബുദ്ധനു മനസ്സിലായി. അതുകൊണ്ട് ദേവദത്തന്റെ ആവശ്യം അദ്ദേഹം നിരസിച്ചു. നിശ്ശബ്ദനായി ദേവദത്തൻ ബുദ്ധസന്നിധിയിൽനിന്നു മടങ്ങി. എന്നാൽ മനസ്സിനുള്ളിൽ പ്രതികാരം ആളിക്കത്തുകയായിരുന്നു.

അദ്ദേഹം നേരെ പോയത് മഗധ ഭരിക്കുന്ന അജാതശത്രുവിനരികിലേയ്ക്കായിരുന്നു. രാജാവിനെ നേരിൽകണ്ട് ആ ഭിക്ഷു ഒട്ടേറെ സംസാരിച്ചു. സംസാരത്തിനിടയിൽ അജാതശത്രുവിനു ബുദ്ധനോട് വെറുപ്പുളവാക്കാനുള്ള കാര്യങ്ങളും പറഞ്ഞു.

പാവം രാജാവ്! ദേവദത്തൻ പറഞ്ഞതെല്ലാം ശരിയെന്നു വിശ്വസിച്ചു. അങ്ങനെ ആ ഭിക്ഷുവിന്റെ ഉപദേശപ്രകാരം ബുദ്ധനെ വധിക്കാൻ കൊലയാളികളെ അയച്ചു.

രാജകല്പന നിറവേറ്റുകയായിരുന്നു കൊലയാളികളുടെ ലക്ഷ്യം.

അവർ അതിനുള്ള തക്കംപാർത്തു നടന്നു. എന്നാൽ ബുദ്ധനെ വധിക്കാൻ അവർക്കു തോന്നിയില്ല. ഭഗവാന്റെ വാക്കിലും നോക്കിലും പ്രവൃത്തിയിലും ആ മുഖതേജസ്സിലും അവർ ആകൃഷ്ടരായി.

ആ കൊലയാളികൾ പിന്നീട് അജാതശത്രുവിനടുത്തേയ്ക്ക് തിരിച്ചുപോയില്ല.

അവർ ബുദ്ധന്റെ ശിഷ്യരായിമാറി.

പതിനാറ്

ദേവദത്തൻ ദുഃഖിതനായി.

ബുദ്ധനെ വധിക്കാനുള്ള തന്റെ ശ്രമം പാഴായി. രാവും പകലും അയാളുടെ മനസ്സ് പുകഞ്ഞുകൊണ്ടിരുന്നു.

ഇനി എന്തു വഴി?

മറ്റാരേക്കാളും ഈ ഉദ്യമത്തിന് താനാണ് അനുയോജ്യൻ എന്ന യാൾ ഉറച്ചു.

ഒരു ദിവസം ഗൃധ്യകൂടപർവ്വതത്തിന്റെ താഴ്വാരത്തിലൂടെ ബുദ്ധൻ പോകുകയായിരുന്നു. ബുദ്ധൻ ആ വഴി വരുമെന്നറിയാമായിരുന്ന ദേവ ദത്തൻ പർവ്വതത്തിനു മുകളിൽ നേരത്തെ കയറിക്കൂടിയിരുന്നു.

ബുദ്ധൻ നടന്നു തൊട്ടുതാഴെ എത്തിയപ്പോൾ ദേവദത്തൻ വലി യൊരു കല്ലെടുത്ത് ബുദ്ധന്റെ ശരീരത്തിലേക്ക് ഉരുട്ടിയിട്ടു. കല്ലുവീണ് ഭഗവാൻ മരിക്കണം. അതായിരുന്നു ദേവദത്തന്റെ ചിന്ത. എന്നാൽ അയാളുടെ ഉന്നം തെറ്റി. അതു നേരെ താഴെ ചെന്നു വീണു. അതിന്റെ ഒരു കഷണം തെറിച്ച് ബുദ്ധന്റെ കാലിൽ കൊള്ളുകയും ചെയ്തു. കല്ലുകൊണ്ട് ഭഗവാന്റെ കാലു മുറിഞ്ഞു എന്നല്ലാതെ മറ്റൊരപക ടവും സംഭവിച്ചില്ല.

ഇതോടെ ദേവദത്തനു നിരാശയേറി. ഒരു ശ്രമവും ഫലം കാണു ന്നില്ല. എങ്കിലും അയാൾ പിന്മാറിയില്ല.

മറ്റൊരു ദിവസം ബുദ്ധൻ ഭിക്ഷയ്ക്കു നടക്കുകയായിരുന്നു. രാജ ഗൃഹത്തിലേയ്ക്കായിരുന്നു ആ യാത്ര. ദേവദത്തൻ ആ അവസരം ഉപയോഗപ്പെടുത്താമെന്നു കരുതി. അവിടെ നാലഗിരി എന്ന ഒരാന യുണ്ടായിരുന്നു. മദമിളകി നിൽക്കുന്ന ആ ആനയെ ബുദ്ധനു നേരെ ദേവദത്തൻ അഴിച്ചുവിട്ടു.

സ്വതന്ത്രനായ ആന ബുദ്ധനു നേരെ കുതിച്ചു. ആ കാഴ്ച ശ്വാസ മടക്കി ദേവദത്തൻ നോക്കിനിന്നു.

എന്നാൽ ആ ശ്രമവും വിജയിച്ചില്ല.

ബുദ്ധനരികിലെത്തിയ ആന തുമ്പിക്കൈ നീട്ടി ബുദ്ധന്റെ കാല ടികൾ പതിഞ്ഞ മണ്ണുവാരിയെടുത്ത് അതിന്റെ മസ്തകത്തിലിട്ടു. എന്നിട്ടത് സ്വസ്ഥാനത്തേയ്ക്കു മടങ്ങുകയും ചെയ്തു.

അതോടെ ദേവദത്തന് ഒരു കാര്യം ബോധ്യമായി.

തനിക്കു ബുദ്ധനെ വധിക്കാനാകില്ല.

അയാൾ വീണ്ടും ബുദ്ധന്റെയടുത്തെത്തി.

ഇക്കുറി മറ്റൊന്നായിരുന്നു ആവശ്യം. ബുദ്ധസംഘത്തിൽ ഇപ്പോഴുള്ള നിയമങ്ങളൊന്നും കർക്കശമല്ല. ഭിക്ഷുക്കളുടെ തപസ്സിനു തീവ്രതപോര. എല്ലാം കുറേക്കൂടി കഠിനമാക്കണമെന്നായിരുന്നു ദേവദത്തന്റെ വാദം.

പക്ഷേ, ബുദ്ധൻ ആ ആവശ്യവും ചെവിക്കൊണ്ടില്ല.

ദേവദത്തൻ കൂടുതൽ കുപിതനായി. അയാൾ സംഘത്തിലുള്ളവരെ ബുദ്ധനെതിരാക്കാൻ ശ്രമങ്ങൾ തുടങ്ങി. ചിലരെല്ലാം ദേവ

ദത്തന്റെ വലയിൽ വീണു. ഒടുവിലയാൾ, തന്റെ കൂടെ ചേർന്ന ചില ഭിക്ഷുക്കളോടൊപ്പം ഗയയിലേക്കുപോയി.

വേണുവനത്തിൽ ബുദ്ധൻ താമസിക്കുമ്പോൾ അജാതശത്രു അങ്ങോട്ടെത്തി. സ്വപിതാവിനെ വധിച്ച് രാജ്യാധികാരം നേടിയ ആളായിരുന്നു അജാതശത്രു. രാവിലേയും വൈകുന്നേരവും ബുദ്ധദർശനത്തിന് രാജാവെത്തുമായിരുന്നു. അഞ്ഞൂറു രഥങ്ങൾ അദ്ദേഹത്തിനു അകമ്പടി സേവിച്ചിരുന്നു. ദേവദത്തന് അഞ്ഞൂറുപേർക്കുള്ള ഭക്ഷണവും രാജാവ് ദിവസേന നൽകാറുണ്ടായിരുന്നു.

ഇതറിഞ്ഞ ശിഷ്യന്മാരിൽ ചിലർ ഇക്കാര്യം ബുദ്ധനോടു പറഞ്ഞു.

അപ്പോൾ ബുദ്ധൻ അവരോടു പറഞ്ഞു:

“ദേവദത്തന് എന്തെങ്കിലും ലഭിക്കുന്നുണ്ടെങ്കിൽ, നിങ്ങൾ അതാഗ്രഹിക്കരുത്. ആ സുഖം സുഖമല്ല, ദുഃഖമാണ് നൽകുക. വാഴയെ ശ്രദ്ധിച്ചിട്ടില്ലേ? അതു കുലച്ചു ഫലമുണ്ടായാൽ പിന്നെ അധികനാൾ ആ വാഴയ്ക്കു വാഴാൻ കഴിയില്ല.”

പതിനേഴ്

സിദ്ധാർത്ഥൻ ബുദ്ധനായിട്ട് ഏഴു വർഷങ്ങൾ കഴിഞ്ഞു.

ബുദ്ധൻ കപിലവസ്തുവിലെത്തിയ വാർത്ത എങ്ങും പരന്നു.

കൊട്ടാരം വിട്ടുപോയി ഭിക്ഷുവായി മാറിയ രാജപുത്രനെ കാണാൻ ജനങ്ങൾ ഒഴുകിയെത്തി. അവർക്കിടയിൽ മഹാപ്രജാപതി ഗോതമിയുമുണ്ടായിരുന്നു. അമ്മ മരിച്ചുപോയതിനുശേഷം സിദ്ധാർത്ഥനെ പാലൂട്ടി വളർത്തിയത് ഗോതമിയായിരുന്നു.

ഗോതമിയ്ക്ക് ഒരാഗ്രഹം. ബുദ്ധസംഘത്തിൽ ചേരണം. ഒരു ഭിക്ഷുണിയായി ജീവിച്ച് ബുദ്ധധർമ്മം പ്രചരിപ്പിക്കണം. അതുകൊണ്ട് സംഘത്തിൽ സ്ത്രീകളേയും ചേരാൻ അനുവദിക്കണമെന്ന് അവരപേക്ഷിച്ചു. ഇന്നോളം ബുദ്ധസംഘത്തിൽ സ്ത്രീകളാരുമുണ്ടായിരുന്നില്ല. ആരേയും ചേരാൻ അനുവദിച്ചിട്ടുമില്ല. പിന്നെയെങ്ങനെ ഗോതമിയെ ഭിക്ഷുണിയായി അംഗീകരിക്കും? ബുദ്ധൻ ആ അപേക്ഷ നിരസിച്ചു.

എന്നാൽ ഗോതമി പിന്മാറാൻ തയ്യാറല്ലായിരുന്നു.

ബുദ്ധൻ വൈശാലിയിലേയ്ക്ക് യാത്രയായപ്പോൾ, ഗോതമിയും മറ്റു ചിലരും ഭഗവാനെ അനുഗമിച്ചു. വൈശാലിയിലെത്തിയപ്പോഴേയ്ക്കും ഗോതമിയും കൂട്ടരും ക്ഷീണിതരായിരുന്നു. അവരുടെ തളർച്ചയും ദുഃഖവും ബുദ്ധന്റെ തീരുമാനത്തിനു മാറ്റമുണ്ടാക്കിയില്ല.

ഒടുവിൽ, ബുദ്ധശിഷ്യനായ ആനന്ദൻ അവരെ കണ്ടു. അവരുടെ ദുഃഖകാരണമന്വേഷിച്ചു. ഗോതമി തന്റെ ആഗ്രഹത്തെക്കുറിച്ചും ദുഃഖത്തേക്കുറിച്ചും ആനന്ദഭിക്ഷുവിനോടു പറഞ്ഞു. ആ ദുഃഖം ആനന്ദന്റെ മനസ്സലിയിച്ചു. ആനന്ദൻ നേരെ ബുദ്ധസന്നിധിയിലേയ്ക്കാണ് പോയത്.

"ഭഗവാൻ, ബുദ്ധധർമ്മത്തിൽ അടിയുറച്ചു വിശ്വസിച്ച് ഭിക്ഷുണിയായി ജീവിക്കുന്ന ഒരു സ്ത്രീയ്ക്ക് ധർമ്മലക്ഷ്യം നേടാനാകുമോ?"

ആനന്ദൻ ബുദ്ധനോട് ചോദിച്ചു

"തീർച്ചയായും സാധിക്കും." ബുദ്ധൻ മറുപടി പറഞ്ഞു.

“എങ്കിൽ, അങ്ങയുടെ വളർത്തമ്മയായ ഗോതമിയേയും ബുദ്ധ സംഘത്തിൽ ചേർന്ന് ഭിക്ഷുണിയായി ജീവിക്കാൻ അനുവദിച്ചാലും.” ആനന്ദൻ അപേക്ഷിച്ചു.

“ആനന്ദാ, ഈ അപേക്ഷ ഞാൻ സ്വീകരിക്കാൻ തയ്യാറാണ്. എന്നാൽ, മഹാപ്രജാപതി ഗോതമി, കഠിനമായ എട്ടു ഗുരുധർമ്മങ്ങൾ പാലിക്കാൻ തയ്യാറാകണം.”

എന്നിട്ട് ആ എട്ടു നിയമങ്ങളും ബുദ്ധൻ വിശദീകരിച്ചു. അവ യെല്ലാം സശ്രദ്ധം കേട്ട ആനന്ദൻ, ഗോതമിയുടെ അടുത്തെത്തി. ഗോതമിയോട് ഗുരുധർമ്മങ്ങളെക്കുറിച്ച് അദ്ദേഹം പറഞ്ഞു. മഹാപ്ര ജാപതി അവ അംഗീകരിച്ചു.

അതുപ്രകാരം ബുദ്ധൻ ഗോതമിയ്ക്ക് സംഘത്തിൽ ചേരാൻ അനു മതി നൽകി. അങ്ങനെ ഗോമതി ബുദ്ധസംഘത്തിലെ ആദ്യത്തെ ഭിക്ഷുണിയായി.

പിന്നീടൊരിക്കൽ ബുദ്ധൻ ആനന്ദനോടു പറഞ്ഞു:

“സ്ത്രീകൾക്ക് സന്ന്യാസം നൽകിയിരുന്നില്ലെങ്കിൽ , ഈ ധർമ്മം ആയിരം വർഷം നിലനിൽക്കുമായിരുന്നു. ഇനിയിപ്പോൾ ഇതിന് അഞ്ഞൂറു വർഷമേ ആയുസ്സുള്ളു.” ബുദ്ധമതത്തിലല്ല ആദ്യത്തെ ഭിക്ഷുണി സംഘം ഉണ്ടായത്. അതിനു മുമ്പേതന്നെ ജൈനസമ്പ്ര ദായത്തിലും മറ്റു സമ്പ്രദായങ്ങളിലും ഭിക്ഷുണികൾ ഉണ്ടായിരുന്നു. ആ കാലങ്ങളിൽ സ്ത്രീകളോട് വളരെ ആദരവോടെയാണ് സമൂഹം പെരുമാറിയിരുന്നത്. എന്നാൽ അശോകചക്രവർത്തിയുടെ കാല ത്തിനു ശേഷമാണ് ഇതിനു മാറ്റം സംഭവിച്ചത്. ഗ്രീക്കുകാരുടെയും ശകന്മാരുടെയും ആക്രമണം ഭാരതത്തിലുണ്ടായി. അതേത്തുടർന്ന് സ്ത്രീകൾക്ക് സമൂഹത്തിലുള്ള സ്ഥാനം നഷ്ടമായി. അവരെ ആദ രിക്കാതിരിക്കാനും തുടങ്ങി.

പതിനെട്ട്

ബുദ്ധഭഗവാന്റെ കീർത്തി അതിർത്തികൾ കടന്ന് എങ്ങും വ്യാപിച്ചു കൊണ്ടിരുന്നു.

കൊട്ടാരം വിട്ടുപോയ രാജകുമാരന്റെ വാർത്ത കപിലവസ്തുവിലുമെത്തി. വൃദ്ധനും ദുഃഖിതനുമായ ശുദ്ധോദന മഹാരാജാവിന് ഒരാഗ്രഹം തോന്നി. എന്നെങ്കിലും തന്റെ പ്രിയപുത്രൻ തനിക്കരുകിൽ വന്നെങ്കിൽ. ശാക്യവംശത്തിന്റെ അധിപനായി രാജ്യം ഭരിച്ചെങ്കിൽ! ആശിച്ചതുകൊണ്ടുമാത്രം കാര്യമില്ലെന്ന് അദ്ദേഹത്തിനറിയാമായിരുന്നു. അതിനു പ്രവർത്തനവും കൂടിയേ തീരൂ. ബുദ്ധനിപ്പോൾ മഗധയിലെ രാജഗൃഹത്തിലുണ്ടെന്നാണ് കേൾവി. അദ്ദേഹം തന്റെ വിശ്വസ്തനായ മന്ത്രിയെ വിളിച്ച് ഒരു ദൗത്യമേല്പിച്ചു.

ആയിരം പൗരന്മാർക്കൊപ്പം രാജഗൃഹത്തിലെത്തണം. എല്ലാവരും ചേർന്നു ക്ഷണിക്കുമ്പോൾ ബുദ്ധന് വരാതിരിക്കാനാകില്ല.

രാജാജ്ഞ ശിരസാ വഹിച്ച് അവർ പുറപ്പെട്ടു.

നീണ്ട യാത്രയ്ക്കുശേഷം അവരെത്തിച്ചേരുമ്പോൾ വലിയൊരു ജനാവലിക്ക് ധർമ്മോപദേശം നൽകുന്ന ബുദ്ധനെയാണ് കണ്ടത്. ആ കൂട്ടത്തിൽ അവരുമിരുന്നു.

സശ്രദ്ധം ആ വാക്കുകൾ കേട്ടു. ആ വാക്കുകളുടെ മാന്ത്രിക ശക്തിയിൽ അവരറിയാതെ ഭഗവാനോട് അടുത്തുകൊണ്ടിരുന്നു. ഇന്നുവരെ സഞ്ചരിച്ചതെല്ലാം അർത്ഥമില്ലാത്ത വഴികളിലൂടെയായിരുന്നുവെന്ന് അവർക്കു മനസ്സിലായി. മറ്റൊന്നും ചിന്തിക്കാതെ അവരെല്ലാം ഉപേക്ഷിച്ചു. സ്ഥാനമാനങ്ങളും ധനവും കുടുംബ ബന്ധങ്ങളും എല്ലാം കൈവിട്ട്, എന്തിനിവിടെ വന്നു എന്നു പോലും ചിന്തിക്കാതെ, അവർ ഭിക്ഷുസംഘത്തിൽ ചേർന്നു.

കപിലവസ്തുവിലെ ശുദ്ധോദനൻ ഇതൊന്നും അറിഞ്ഞതേയില്ല. ദിവസങ്ങൾ പലതും കഴിഞ്ഞു. കുമാരനെ കൊണ്ടുവരാൻ പോയ മന്ത്രിയും പ്രജകളും തിരികെ വരാതായപ്പോൾ ശുദ്ധോദനൻ കലുദായിനെ വിളിച്ചു.

കലുദായിൻ സിദ്ധാർത്ഥന്റെ ബാല്യകാലസുഹൃത്താണ്. അയാൾ ചെന്നു വിളിച്ചാൽ ബുദ്ധനു വരാതിരിക്കാനാകില്ല.

മഹാരാജാവ് അയാളെ ബുദ്ധന്റെ അടുത്തേക്കയച്ചു.എന്നാൽ ബുദ്ധസന്ദേശം കേട്ട കലുദായിനും ഒരു സന്ന്യാസി ആവാതിരിക്കാൻ കഴിഞ്ഞില്ല. അയാളും സംഘത്തിൽ ചേർന്നു. എങ്കിലും അയാൾ ഒരു കാര്യം മറന്നില്ല. താനെന്തിനിവിടെ വന്നുവെന്ന്.

ഒരു ദിവസം ബുദ്ധൻ വിശ്രമിക്കുന്ന വേളയിൽ കലുദായിൻ അങ്ങോട്ടെത്തി. എന്നിട്ടു ബുദ്ധനോടു പറഞ്ഞു:

"ഗുരോ, ഞാനിവിടെ വന്നത് ഒരു ഭിക്ഷുവാകാനായിരുന്നില്ല. അങ്ങയുടെ പിതാവിന്റെ ആവശ്യപ്രകാരമായിരുന്നു. മഹാരാജാവും മഹാപ്രജാപതി ഗോമതിയും ധർമ്മപത്നി യശോധരയും അങ്ങയെ ക്കാണാൻ കാത്തിരിക്കുകയാണവിടെ. ദയവായി അങ്ങ് കപിലവസ്തു വിലേക്ക് ചെന്നാലും."

കലുദായിൻ പറഞ്ഞതിനെക്കുറിച്ച് ബുദ്ധൻ ചിന്തിച്ചു. ശരിയാണ്, എല്ലാം ഉപേക്ഷിച്ചു പോന്നതിനുശേഷം ഇന്നോളം തിരികെ പോയി ട്ടില്ല. അവരെ കാണണം. അതു പക്ഷേ ഒരിക്കലും ബന്ധങ്ങൾ പുതു ക്കാനല്ല. അവർക്ക് ധർമ്മപാത കാണിച്ചുകൊടുക്കാനാണ്.

ബുദ്ധൻ കപിലവസ്തുവിലേക്കു പുറപ്പെട്ടു. എന്നാൽ ബുദ്ധനു മുമ്പേതന്നെ കലുദായിൻ പുറപ്പെട്ടിരുന്നു; ബുദ്ധന്റെ ആഗമനവാർത്ത മഹാരാജാവിനെ അറിയിക്കുവാൻ.

ഭഗവാൻ കപിലവസ്തുവിലെത്തി. ആ വാർത്ത എങ്ങും പരന്നു. മഹാരാജാവും പരിവാരങ്ങളും അദ്ദേഹത്തെ സ്വീകരിക്കാനെത്തി. എന്നാൽ, ശാക്യവംശത്തിൽപ്പെട്ട ചിലർ അവിടേക്കു വന്നില്ല. കൊട്ടാരത്തിൽ പിറന്നിട്ടും ഭിക്ഷ യാചിക്കുന്ന രാജകുമാരൻ വംശത്തിന് അപമാനം വരുത്തിയെന്ന് അവർ ചിന്തിച്ചു. വന്ന വരാകട്ടെ, ഭഗവാന്റെ ദിവ്യദർശനത്തിൽ എന്തെന്നില്ലാത്ത ആഹ്ലാദ ത്തിലായി.

ശുദ്ധോദനൻ മകനെ ഗാഢാലിംഗനം ചെയ്തു. ആ മിഴികൾ നിറഞ്ഞൊഴുകുന്നുണ്ടായിരുന്നു. തകർന്നുപോയ ഒരു സ്വപ്നം ഗദ്ഗദമായി തൊണ്ടയിൽ കുരുങ്ങി. അദ്ദേഹം മകനോടപേക്ഷിച്ചു:

"കുമാരാ, ഈ കൊട്ടാരത്തിൽ നീ അന്തിയുറങ്ങിയാലും."

അപ്പോൾ ബുദ്ധൻ പറഞ്ഞു.

"പിതാവേ, എനിക്കതിനാകില്ല, ഞാനും ഈ ഭിക്ഷുക്കളും വീടു പേക്ഷിച്ചവരാണ്."

ദുഃഖത്തോടെയെങ്കിലും മഹാരാജാവ് ചില തയ്യാറെടുപ്പുകൾ നടത്തി. കൊട്ടാരത്തിൽനിന്നും അധികമകലെയല്ലാത്ത നീഗ്രോധാ രാമത്തിലായിരുന്നു ബുദ്ധനും ഭിക്ഷുക്കൾക്കും വേണ്ട ഒരുക്കങ്ങൾ.

നീഗ്രോധാരാമത്തിലേക്ക് കപിലവസ്തുക്കാർ ഒഴുകിക്കൊണ്ടിരുന്നു. അപ്പോഴും ശാക്യർ മടിച്ചു നിന്നു. കുറേക്കഴിഞ്ഞപ്പോൾ അവരും അലയുന്ന ആ ഭിക്ഷുവിനെ കാണാനെത്തി. ഏവരും ബുദ്ധന്റെ വാക്കുകൾക്കു ചെവികൊടുത്തു. അവരിൽ പലരും പിന്നീട് സകലതും ത്യജിച്ച് ബുദ്ധസംഘത്തിൽ ചേർന്നു.

പത്തൊമ്പത്

ബുദ്ധൻ ശുദ്ധോദനമഹാരാജാവിന്റെ കൊട്ടാരത്തിലെത്തി. മഹാരാജാവിനിപ്പോൾ പ്രായമേറിയിരിക്കുന്നു.

ലളിതമായ വസ്ത്രധാരണത്തോടെ, ഭിക്ഷാപാത്രവുമായെത്തിയ ബുദ്ധനിൽ ഒരു ദിവ്യതേജസ്സ് ശുദ്ധോദനൻ കണ്ടു. സ്വന്തം പുത്രനെങ്കിലും ആ മഹാത്മാവിനോടുള്ള ആദരംകൊണ്ട് അദ്ദേഹം ബുദ്ധന്റെ അടുത്തേക്ക് എഴുന്നേറ്റു ചെന്നു.

അപ്പോഴും ആ പിതാവിന്റെ ഹൃദയത്തിൽ ഒരു വേദനയുണ്ടായിരുന്നു. രാജ്യാവകാശിയായ ഒരേയൊരു മകനാണ് ഭിക്ഷുവായി തീർന്നിരിക്കുന്നത്.!

മഹാരാജാവ് തന്റെ സങ്കടം ബുദ്ധനെ അറിയിച്ചു.

അപ്പോൾ ബുദ്ധൻ പറഞ്ഞു:

"പിതാവേ, രാജ്യമോ സമ്പത്തോ എന്തുതന്നെ ഉണ്ടായിരുന്നാലും, എല്ലാം ഇന്നല്ലെങ്കിൽ നാളെ നശിക്കും. അവയെല്ലാം ദുഃഖത്തിനു കാരണമാകുകയും ചെയ്യും. അതുകൊണ്ട് നാലു ശ്രേഷ്ഠസത്യങ്ങളേയും അഷ്ടമാർഗ്ഗങ്ങളേയും അനുസരിച്ചു ജീവിക്കുകയാണ് മനുഷ്യ ധർമ്മം."

ബുദ്ധന്റെ വാക്കുകൾ മഹാരാജാവിന്റെ ഹൃദയത്തിൽ സ്പർശിച്ചു. അതേക്കുറിച്ച് അദ്ദേഹം അഗാധചിന്തയിലാണ്ടു.

ബുദ്ധൻ പിന്നീട് തന്റെ ഭാര്യയായ യശോധരയേയും മകനേയും കാണാൻ ചെന്നു. യശോധരയാകട്ടെ, ബുദ്ധൻ സന്ന്യാസിയായെന്നറിഞ്ഞ നാൾതൊട്ട് രാജസുഖങ്ങളെല്ലാം ഉപേക്ഷിച്ചാണ് ജീവിച്ചിരുന്നത്. ബുദ്ധൻ അവരോട് താൻ കണ്ടെത്തിയ സത്യത്തെക്കുറിച്ച്, ധർമ്മത്തെക്കുറിച്ച് ദീർഘനേരം സംസാരിച്ചു. യശോധര ക്ഷമയോടെ, ശ്രദ്ധയോടെ എല്ലാം കേട്ടിരുന്നു. അതിനുശേഷം അവർ അവിടെ നിന്നും എഴുന്നേറ്റുപോയി.

തന്റെ എഴുവയസ്സുപ്രായമുള്ള മകനേയും കൂട്ടിവന്നു. യശോധര മകനോടു പറഞ്ഞു:

"മകനേ, രാഹുലാ, നിന്റെ അച്ഛനാണിദ്ദേഹം. അദ്ദേഹത്തെ വന്ദിച്ച്, നിനക്കുള്ള പിതൃസ്വത്ത് നൽകാൻ നീ അദ്ദേഹത്തോട് ആവശ്യപ്പെടുക."

രാഹുലൻ അമ്മയുടെ വാക്കുകൾ അനുസരിച്ചു. ആ കുട്ടി ബുദ്ധനെ വന്ദിച്ചു. എന്നിട്ടു പറഞ്ഞു:

"അങ്ങയുടെ സമീപത്തുനിൽക്കുമ്പോൾ എനിക്ക് എന്തെന്നില്ലാത്ത സുഖം തോന്നുന്നു." ബുദ്ധൻ ഒരു മന്ദഹാസത്തോടെ എഴുന്നേറ്റു നടക്കാൻ തുടങ്ങി. രാഹുലൻ ബുദ്ധനെ അനുഗമിച്ചു.

"എന്റെ പിതൃസ്വത്ത് അങ്ങെനിക്കു തന്നാലും." രാഹുലൻ പറഞ്ഞു. നിശ്ശബ്ദനായി നടന്ന് ബുദ്ധൻ തന്റെ വിഹാരത്തിലെത്തി. തൊട്ടുപിറകേ രാഹുലനും അവിടെയെത്തി. ബുദ്ധനുടനെ തന്റെ ശിഷ്യനായ സരിപുത്തനെ വിളിച്ചു പറഞ്ഞു:

"സരിപുത്താ, ഈ കുട്ടിക്ക് അവന്റെ പിതൃസ്വത്ത് നൽകുക."

അങ്ങനെ ബുദ്ധന്റെ നിർദ്ദേശപ്രകാരം സരിപുത്തൻ രാഹുലനേയും ഭിക്ഷുസംഘത്തിൽ ചേർത്തു. ഇതറിഞ്ഞ ശുദ്ധോദനമഹാ

രാജാവിന് ദുഃഖം താങ്ങാനായില്ല. ശാക്യരാജാക്കന്മാരിൽ ഗൗതമവംശത്തിന്റെ അവസാനത്തെ കണ്ണിയാണ് രാഹുലൻ. അവനും ഭിക്ഷുവായിത്തീർന്നാൽ അതോടെ വംശപരമ്പര നിലച്ചുപോകും. മഹാരാജാവ് ബുദ്ധനെ ചെന്നു കണ്ടു. എന്നിട്ടു പറഞ്ഞു:

"ചെറുപ്രായത്തിലുള്ള കുട്ടികൾക്കാണോ ബുദ്ധാ, സന്ന്യാസം നൽകുന്നത്? ഇതവരുടെ അച്ഛനമ്മമാരെ ദുഃഖിപ്പിക്കില്ലേ?"

അതു ശരിയാണെന്നു ബുദ്ധനും തോന്നി. അതുകൊണ്ടദ്ദേഹം സംഘത്തിൽ ഒരു നിയമം കൂടി ഉണ്ടാക്കി. കുട്ടികൾക്ക് സന്ന്യാസം നൽകരുത്.

രാഹുലൻ ഗുരുഗൃഹത്തിൽത്തന്നെ താമസിച്ചു. സരിപുത്തൻ ആവശ്യമായ അറിവുകളെല്ലാം ആ കുട്ടിക്കു പകർന്നുകൊടുത്തു. ബ്രഹ്മചര്യമനുഷ്ഠിച്ചിരുന്ന രാഹുലൻ പ്രായപൂർത്തിയായപ്പോൾ, പിന്നീടുള്ള ഉപദേശങ്ങൾ നൽകിയത് ബുദ്ധനായിരുന്നു.

ഇരുപത്

ഒരു ഗ്രാമത്തിൽ ഭിക്ഷയ്ക്കായി ബുദ്ധനെത്തി. കയ്യിൽ ഭിക്ഷാ പാത്രമുണ്ടായിരുന്നു. അദ്ദേഹം അന്നെത്തിയത് ഒരു ധനികന്റെ അടുത്തായിരുന്നു.

ധനികൻ ബുദ്ധനെ കണ്ടു.

അയാൾക്ക് ആശ്ചര്യമായി. ഇത്ര സുന്ദരനായ ഒരു മനുഷ്യനെ എങ്ങും കണ്ടിട്ടില്ല. വളരെ പ്രസന്നമായ മുഖം. വിടർന്ന മിഴികളോടെ അദ്ദേഹം ചോദിച്ചു.

"നിങ്ങളെന്തിനാണ് ഭിക്ഷ യാചിക്കുന്നത്? നിങ്ങളെ കണ്ടാൽ ഒരു ചക്രവർത്തിയെപ്പോലുണ്ടല്ലോ?"

ബുദ്ധൻ മന്ദഹസിച്ചു. പക്ഷേ മറുപടി പറഞ്ഞില്ല. ബുദ്ധന്റെ മൗനം കണ്ട്, ധനികൻ വീണ്ടും പറഞ്ഞു:

"നിങ്ങളാരാണെന്ന് ഞാൻ ചോദിക്കുന്നില്ല. നിങ്ങളുടെ ജാതിയോ, മതമോ, തൊഴിലോ, കുടുംബമോ ഒന്നും എനിക്കറിയേണ്ട. നിങ്ങൾക്കു താത്പര്യമുണ്ടെങ്കിൽ ഹേ ഭിക്ഷു, ഞാൻ നിങ്ങൾക്കെന്റെ മകളെ വിവാഹം ചെയ്തു തരാം. അവൾ എന്റെ ഒരേയൊരു മകളാണ്. എന്റെ എല്ലാ സ്വത്തിന്റേയും അവകാശി അവളാണ്."

ബുദ്ധൻ വീണ്ടുമൊന്നു ചിരിച്ചു.

എന്നിട്ടു പറഞ്ഞു:

"ഞാൻ യാചകനും നിങ്ങൾ ചക്രവർത്തിയുമായിരുന്നെങ്കിൽ എന്നു ഞാനാഗ്രഹിക്കുന്നു. എന്നാൽ യഥാർത്ഥത്തിൽ നിങ്ങൾ യാചകനാണ്. പക്ഷേ യജമാനനെന്നു സ്വയം വിചാരിക്കുന്നു. അതുകൊണ്ടാണ് ഞാൻ ഭിക്ഷാപാത്രം കയ്യിലെടുത്തത്. നിങ്ങൾ യജമാനനായിരിക്കുന്നതിൽ സന്തോഷം കൊള്ളുമ്പോൾ, യാചകനായിരിക്കുന്നതിലാണ് എനിക്കു സന്തോഷം."

ബുദ്ധന്റെ വാക്കുകൾ കേട്ട് ധനികൻ അമ്പരന്നു. ബുദ്ധൻ പറഞ്ഞതെന്തെന്നു മനസ്സിലാക്കാൻ അയാൾക്കു കഴിഞ്ഞില്ല.

ഭിക്ഷുവായിത്തീരാൻ ധൈര്യം ആവശ്യമാണ്. യജമാനനാകാൻ ആർക്കും കഴിയും. എല്ലാ ആഗ്രഹങ്ങളും ഉള്ളിൽ വച്ച് യാചകരായി നടക്കുന്നവരാണ് ഭൂരിഭാഗം ജനങ്ങളും. എന്നിട്ടവർ യജമാനരെന്നു നടിക്കുകയും ചെയ്യുന്നു. ബുദ്ധനാകട്ടെ, ചക്രവർത്തിപദം ഉപേക്ഷിച്ചാണ് സ്വയം യാചകനായിത്തീർന്നത്.

ഇരുപത്തിയൊന്ന്

ബുദ്ധധർമ്മം അതിവേഗം വ്യാപിച്ചുതുടങ്ങി. ഒട്ടനവധി പേർ ആ ധർമ്മത്തിലെത്തിച്ചേർന്നു. ഒരു കുലത്തിൽനിന്ന് ഒരാളെങ്കിലും ബുദ്ധ ഭിക്ഷുവാകാൻ ആഗ്രഹിച്ചു.

മഹാനാമനും അനുരുദ്ധനും ജ്യേഷ്ഠാനുജന്മാരായിരുന്നു. മഹാനാമന് ഒരിക്കൽ ഒരാഗ്രഹം തോന്നി. സ്വന്തം കുലത്തിൽനിന്ന് ആരെങ്കിലും ഒരു ഭിക്ഷുവാകണം.

അദ്ദേഹം അനുരുദ്ധനോടു പറഞ്ഞു:

"നമ്മുടെ കുലത്തിൽനിന്ന് ആരും ബുദ്ധധർമ്മത്തിൽ ചേർന്നിട്ടില്ല. അതുകൊണ്ട് നീയൊരു ഭിക്ഷുവാകുക. അതിനു നിനക്കാകില്ലെങ്കിൽ ഞാൻ തന്നെ ഭിക്ഷുവാകാം."

അനുരുദ്ധന് ഭിക്ഷുവാകാൻ താത്പര്യമില്ലായിരുന്നു. അയാൾ മഹാനാമനോടു പറഞ്ഞു.

"ജ്യേഷ്ഠാ, എനിക്കു ഭിക്ഷുവാകാനാകില്ല. അങ്ങ് വേണമെങ്കിൽ ഭിക്ഷുവായിക്കൊള്ളു."

മഹാനാമൻ അതു സമ്മതിച്ചു.

മഹാനാമൻ ഭിക്ഷുവാകാൻ തയ്യാറായി. ഗൃഹത്തിലെ സകല കാര്യങ്ങളും ഏറ്റെടുത്തുനടത്തേണ്ട ചുമതല അനുജനെ ഏല്പിച്ചു പറഞ്ഞു:

"ഭൂമി യഥാകാലം ഉഴുത് വിത്ത് വിതയ്ക്കണം. ജലസേചനം ചെയ്യാനും വെള്ളം കെട്ടിനിൽക്കാതിരിക്കാനും ശ്രദ്ധിക്കണം. കള പറിച്ചെടുക്കുകയും വിള കൊയ്യുകയും വേണം."

ഇതുകേട്ട അനുരുദ്ധൻ പറഞ്ഞു:

"ഇത് വലിയൊരു അദ്ധ്വാനമാണ്. എനിക്കിതിനു വയ്യ. അതുകൊണ്ട് ഞാൻ ഭിക്ഷുവാകാൻ തയ്യാറാണ്."

അയാൾ ഭിക്ഷുവാകാനൊരുങ്ങി. എന്നാൽ അയാളുടെ അമ്മ അതിനനുവദിച്ചില്ല.

അനുരുദ്ധൻ തീരുമാനത്തിൽനിന്നു പിൻമാറിയില്ല. അപ്പോൾ അമ്മ പറഞ്ഞു:

"നിന്റെ മിത്രവും ശാക്യൻമാരുടെ രാജാവുമായ ഭദ്ദിയൻ

നിന്നോടൊപ്പം ഭിക്ഷുവാകുന്നുവെങ്കിൽ, ഭിക്ഷുവാകാൻ ഞാൻ നിനക്കു സമ്മതം നൽകാം."

ഭദ്ദിയൻ ഒരിക്കലും രാജ്യഭരണം ഉപേക്ഷിച്ച് ഭിക്ഷുവാകില്ലെന്ന് അമ്മ കരുതിയിരുന്നു.

അനുരുദ്ധൻ ഭദ്ദിയനെ സമീപിച്ചു. താൻ വന്നതെന്തിനാണെന്നും പറഞ്ഞു.

എന്നാൽ ഭദ്ദിയൻ പറഞ്ഞു:

"ഭിക്ഷുവാകാൻ എനിക്കേഴു വർഷം കഴിയണം. അത്രകാലം നീ കാത്തിരിക്കാൻ തയ്യാറാണോ?"

അനുരുദ്ധൻ അതിനു തയ്യാറല്ലായിരുന്നു. അയാൾ ഭദ്ദിയനോട് വീണ്ടും വീണ്ടും പറഞ്ഞു. ഒടുവിൽ ഏഴുദിവസമെങ്കിലും കഴിയട്ടെ എന്നായി ഭദ്ദിയൻ. ഏഴുദിവസം കഴിഞ്ഞപ്പോൾ ഭദ്ദിയൻ ഭിക്ഷുവാകാൻ തയ്യാറായി. അദ്ദേഹത്തോടൊപ്പം അനുരുദ്ധൻ, ആനന്ദൻ, ഭഗു, കിംബിലൻ, ദേവദത്തൻ എന്നീ ആറ് ശാക്യന്മാരും ഉപാലി എന്നൊരു ക്ഷുരകനും ഒരുമിച്ച് കപിലവസ്തുവിൽ നിന്ന് യാത്ര തിരിച്ചു. അവർ കുറേ ദൂരം സഞ്ചരിച്ച് സൈന്യത്തെ തിരിച്ചയച്ചു. ഭദ്ദിയനും കൂട്ടരും അനുപ്രിയ എന്ന സ്ഥലത്തെത്തി. ബുദ്ധൻ അവിടെയാണ് ആ സമയത്ത് താമസിച്ചിരുന്നത്. ആ ഏഴുപേരും ബുദ്ധനെ കണ്ടു, സന്ന്യാസം സ്വീകരിച്ചു.

ഇരുപത്തിരണ്ട്

ബുദ്ധം ശരണം ഗച്ഛാമി
ധർമ്മം ശരണം ഗച്ഛാമി
സംഘം ശരണം ഗച്ഛാമി

ഈ മൂന്നു ശരണങ്ങൾ ശരണാഗമനം എന്നറിയപ്പെടുന്നു.

ബുദ്ധൻ, ധർമ്മം, സംഘം എന്നിവയെ ആശ്രയിച്ചാണ് ഏവരും ജീവിക്കേണ്ടത്. സ്വയം പരിശ്രമിക്കുക. അവനവന്റേയും മറ്റുള്ളവരുടേയും ദുഃഖങ്ങളെ ഇല്ലാതാക്കുക. ലോകത്തിന്റെ ദുഃഖത്തെ കുറക്കാൻ ആവുന്നതു ചെയ്യുക. ഇതായിരുന്നു ബുദ്ധസന്ദേശം.

ലോകമെമ്പാടുമുള്ള ബൗദ്ധജനത ഈ ശരണഗതിയെ അനുസരിച്ച് ജീവിക്കുന്നു.

ബുദ്ധസംഘത്തിന് നേതാവായി ആരുമുണ്ടായിരുന്നില്ല. ഏവരും ഒന്നുചേർന്ന് സംഘകാര്യങ്ങൾ നടപ്പാക്കി. മനുഷ്യർക്ക് ഉപകാരപ്രദമല്ലാത്ത കാര്യങ്ങളിൽ ഏർപ്പെട്ടു സംസാരിക്കുന്നതിനും ബുദ്ധൻ തയ്യാറല്ലായിരുന്നു.

ബുദ്ധഭഗവാൻ ആനന്ദപിണ്ഡികന്റെ ആരാമത്തിൽ താമസിക്കുന്ന കാലം. ശ്രാവസ്തിയിലായിരുന്നു ആരാമം. അപ്പോൾ മാലുംക്യപുത്തൻ എന്നൊരു ഭിക്ഷു ബുദ്ധസന്നിധിയിലെത്തി. ബുദ്ധനെ നമസ്ക്കരിച്ച് ആ ഭിക്ഷു ഒരു സംശയം ചോദിച്ചു:

"ഭഗവാൻ, ഏറെ നാളായി ഞാനൊരു സംശയത്തിലാണ്. ഈ ലോകം എന്നെന്നും നിലനിൽക്കുന്നതോ അതോ നശിക്കുന്നതോ? ശരീരവും ആത്മാവും ഒന്നാണോ, അതോ രണ്ടോ? അങ്ങ് മരിച്ചാൽ പുനർജനിക്കുമോ? ഈ ചോദ്യങ്ങൾക്ക് അങ്ങെനിക്ക് ഉത്തരം നൽകിയാലും. ഉത്തരം തൃപ്തികരമെങ്കിൽ ഞാനങ്ങയുടെ ശിഷ്യനായി തുടരും. അല്ലാത്ത പക്ഷം ഞാനതു തുറന്നു പറയുകയും ചെയ്യും." ബുദ്ധൻ അല്പനേരം അയാളെ ശ്രദ്ധിച്ചു. എന്നിട്ടു പറഞ്ഞു:

"മാലുംക്യപുത്ത, എന്റെ ശിഷ്യനായിരുന്നാൽ ഇത്തരം ചോദ്യങ്ങൾക്ക് ഉത്തരം നൽകാമെന്നു ഞാൻ നിങ്ങളോടു പറഞ്ഞിട്ടുണ്ടോ?"

"ഇല്ല," മാലുംക്യപുത്തൻ മറുപടി പറഞ്ഞു.

“ഈ ചോദ്യങ്ങൾക്ക് ഞാൻ ഉത്തരം തന്നാൽ, സംഘത്തിൽ ചേരാമെന്നു നിങ്ങൾ എന്നോടു പറഞ്ഞിട്ടുണ്ടോ?” ബുദ്ധൻ ചോദിച്ചു.

ഇല്ലെന്നു തന്നെയായിരുന്നു ആ ഭിക്ഷുവിന്റെ മറുപടി.

“ഒരാൾ ഒരു വിഷാസ്ത്രമേറ്റ് ചികിത്സക്കെത്തുമ്പോൾ, അമ്പെയ്തതാര്? അയാളുടെ വില്ലെങ്ങനെ? എന്നീ ചോദ്യങ്ങൾക്കുത്തരം തരാതെ, തന്നെ ആരും ചികിത്സിക്കരുതെന്ന് അയാൾ പറഞ്ഞാൽ മരണമാകും ഫലം. അതുപോലെ, ഈ ചോദ്യങ്ങൾക്കുത്തരം കിട്ടിയാൽ മാത്രമേ, മാലുംക്യപുത്തൻ ഭിക്ഷുവായി തുടരൂ എന്നു പറഞ്ഞാൽ, അറിയേണ്ട കാര്യങ്ങൾ അറിയാതെ പോവുകയാവും ഫലം.”

ബുദ്ധൻ ആ ഭിക്ഷുവിനോട് ഇങ്ങനെ വിശദീകരിച്ചു.

“ധർമ്മം പ്രവർത്തിക്കുന്നതിന് ലോകം നശ്വരമോ അനശ്വരമോ എന്നറിയണമെന്നില്ല. നാം എന്തൊക്കെ അറിഞ്ഞാലും ജന്മം, ജര, മരണം, ദുഃഖം എന്നിവയ്ക്കു മാറ്റമുണ്ടാകില്ല. നിന്റെ ഇത്തരം വാദങ്ങൾ ഒരു തരത്തിലും ധർമ്മ പ്രവർത്തനത്തിന് സഹായകമല്ല. ലോകത്തിൽ ദുഃഖം ധാരാളമുണ്ട്. മനുഷ്യരുടെ തൃഷ്ണയാണിതിനു കാരണം. അതുകൊണ്ട് ആഗ്രഹങ്ങളെ ഇല്ലാതാക്കി, ലോകത്തിന് സുഖവും സമാധാനവും നൽകാൻ ഓരോരുത്തരും ശ്രമിക്കണം.”

ബുദ്ധന്റെ മറുപടി കേട്ട് മാലുംക്യപുത്തൻ തൃപ്തനായി. വളരെ ലളിതമായ ആ തത്ത്വം അറിയാനും അതനുസരിച്ച് ജീവിക്കാനും മാലുംക്യപുത്തനെപ്പോലെ മറ്റനവധിപേരും തയ്യാറായി.

ഇരുപത്തിമൂന്ന്

അനേകം മുനിമാരുള്ള കാലത്താണ് ബുദ്ധൻ ജീവിച്ചിരുന്നത്. മൗനം അവലംബിക്കുന്നവരായിരുന്നു മുനിമാർ. അനാവശ്യമായ മൗനം ബുദ്ധൻ അംഗീകരിച്ചിരുന്നില്ല. അതിഭാഷണത്തോടും അദ്ദേഹത്തിന് യോജിപ്പുണ്ടായിരുന്നില്ല. ബുദ്ധഭഗവാൻ ശിഷ്യർക്ക് ഉപദേശം കൊടുക്കുമ്പോൾ, എല്ലാവരും മൗനം ആചരിച്ചിരുന്നു. അവിടെനിന്ന് മറ്റൊരു ശബ്ദവും കേൾക്കുമായിരുന്നില്ല.

രാജഗൃഹത്തിനടുത്ത് ജീവകന്റെ മാന്തോപ്പിൽ ബുദ്ധൻ വലിയൊരു ഭിക്ഷുസംഘത്തോടൊപ്പം താമസിക്കുകയായിരുന്നു. ഒരു പൗർണ്ണമിരാത്രിയിൽ കൊട്ടാരത്തിന്റെ മട്ടുപ്പാവിൽ മന്ത്രിമാർക്കൊപ്പം ഇരിക്കുന്ന അജാതശത്രുരാജാവ് ഇങ്ങനെ പറഞ്ഞു:

“മനോഹരമായ ഈ രാത്രിയിൽ, മനസ്സിനു സന്തോഷം നൽകുന്ന ഉപദേശം കേൾക്കാൻ എനിക്കാഗ്രഹമുണ്ട്. അതിനു പറ്റിയവരാരെങ്കിലും നമ്മുടെ അടുത്തുണ്ടോ?”

പല മന്ത്രിമാരും പലരുടേയും പേരുകൾ പറഞ്ഞു. പക്ഷേ രാജാവ് അതൊന്നും ചെവിക്കൊണ്ടില്ല. മൗനിയായിരിക്കുന്ന അജാതശത്രുവിനോട് അപ്പോൾ ജീവകൻ പറഞ്ഞു:

“മഹാരാജാവേ, നമ്മുടെ മാന്തോപ്പിൽ ബുദ്ധനും വലിയൊരു സംഘവുമുണ്ട്. നമുക്കവരെ സന്ദർശിച്ചാലോ?”

രാജാവിനതു സമ്മതമായി. ഉടനെ വാഹനങ്ങൾ സജ്ജമായി. അജാതശത്രു ആനപ്പുറത്ത് അമ്പാരിയിലാണ് എഴുന്നള്ളിയത്. അന്തപ്പുര സ്ത്രീകളും മറ്റു പരിവാരങ്ങളും അദ്ദേഹത്തെ അനുഗമിച്ചു. അവരങ്ങനെ ജീവകന്റെ മാന്തോപ്പിനരികിലെത്തി. എന്നാൽ അവിടെ നിന്നൊന്നും ഒരനക്കവും കേട്ടില്ല.

അജാതശത്രുവിന്റെയുള്ളിൽ ഭയം കിളിർത്തു. അദ്ദേഹം ജീവകനോടു ചോദിച്ചു: “പ്രിയ ജീവക, നീയെന്നെ വഞ്ചിക്കാനാണോ ഇങ്ങോട്ടു കൊണ്ടുവന്നത്. എവിടെ ഭിക്ഷുസംഘം? ഒരു ശബ്ദവും കേൾക്കുന്നില്ലല്ലോ?” അപ്പോൾ ജീവകൻ പറഞ്ഞു:

“മഹാരാജാവേ, അങ്ങൊരിക്കലും ഭയപ്പെടേണ്ട. ഈ ജീവകൻ അങ്ങയെ ചതിക്കില്ല. മുന്നോട്ടു പോയാലും.”

അവർ വീണ്ടും മുന്നോട്ടു പോയി. കുറെ ചെന്നപ്പോൾ രാജാവും പരിവാരങ്ങളും ഇറങ്ങി നടന്നു. അവർ ബുദ്ധസന്നിധിയിലെത്തി. അജാതശത്രുവിനും അപ്പോൾ തന്റെ മൗനത്തെ ഭഞ്ജിക്കാനായില്ല. അദ്ദേഹം അത്ഭുതപ്പെട്ടു.

അനേകം ഭിക്ഷുക്കൾക്കൊപ്പമാണ് ബുദ്ധനിരിക്കുന്നത്. അവരിലൊരാൾ പോലും ശബ്ദിക്കുന്നില്ല. ഏവരും മൗനത്തിൽ. അദ്ദേഹം ഭഗവാനോടു പറഞ്ഞു:

"ഭഗവാൻ, അങ്ങയുടെ സംഘത്തിൽ എത്ര ശാന്തതയാണ്? ഈ ശാന്തി എന്റെ ഉദയഭദ്രകുമാരനും ലഭിക്കില്ലേ?"

"അങ്ങനെയാകട്ടെ." ബുദ്ധൻ അനുഗ്രഹിച്ചു. പിന്നീടവർ ഒട്ടേറെ കാര്യങ്ങൾ സംസാരിച്ചു. അതിനുശേഷം ശാന്തവും പ്രസന്നവുമായ മനസ്സോടെ അജാതശത്രു പരിവാരസമേതം കൊട്ടാരത്തിലേക്കു മടങ്ങി.

ഇരുപത്തിനാല്

ഒരിക്കൽ ബുദ്ധനെ കാണാൻ ഒരാളെത്തി. അയാൾ ആരിലും നന്മ കാണാത്ത ആളായിരുന്നു. ബുദ്ധന്റെ നന്മയും കാരുണ്യവും കേട്ടറിഞ്ഞ അയാൾ ഭഗവാന്റെ തിന്മകൾ കണ്ടെത്താനായിരുന്നു വന്നത്.

അങ്ങനെ അയാൾ ബുദ്ധനടുത്തെത്തി. ഭഗവാനെ കണ്ടയുടൻ തന്നെ അയാൾ മോശമായ വാക്കുകളുപയോഗിച്ച് ബുദ്ധനെ അധിക്ഷേപിക്കുവാൻ തുടങ്ങി. അയാൾ തന്റെ പ്രവൃത്തി കുറേ നേരം തുടർന്നു. എല്ലാം ഒരു മന്ദസ്മിതത്തോടെ കേട്ടുകൊണ്ട് ബുദ്ധനിരുന്നു. എത്രയൊക്കെ ശ്രമിച്ചിട്ടും ബുദ്ധനിൽ കോപമുണർത്താൻ അയാൾക്കായില്ല. ഒടുവിൽ അയാൾ തന്റെ ശ്രമത്തിൽനിന്നും പിൻമാറി.

എല്ലാം കഴിഞ്ഞപ്പോൾ ബുദ്ധൻ അയാളോടു ചോദിച്ചു:

“മിത്രമേ ഒരാൾ ഒരാൾക്കൊരു സമ്മാനം നൽകി. മറ്റേയാൾ ആ സമ്മാനം സ്വീകരിച്ചില്ലെങ്കിൽ ആ സമ്മാനം ആരുടേതാകും?”

ബുദ്ധന്റെ ചോദ്യത്തിന്റെ ഉദ്ദേശ്യം ആ മനുഷ്യനു മനസ്സിലായില്ല. എങ്കിലും അയാൾ ഉത്തരം പറഞ്ഞു:

“മറ്റേയാൾ സമ്മാനം വാങ്ങിയില്ലെങ്കിൽ,അതിലെന്തിത്ര സംശയം! അതാരാണോ കൊടുത്തത് അയാളുടേതുതന്നെയാകും ആ സമ്മാനം.”

ബുദ്ധനപ്പോൾ വീണ്ടുമൊന്നു ചിരിച്ചു. എന്നിട്ടു പറഞ്ഞു:

“മിത്രമേ, നിങ്ങളെനിക്കു നേരേ ചൊരിഞ്ഞ മോശമായ വാക്കുകളൊന്നും ഞാൻ സ്വീകരിക്കുന്നില്ല. അപ്പോൾ ആ അധിക്ഷേപങ്ങൾ ആർക്കുള്ളതാകും?”

ബുദ്ധന്റെ ചോദ്യങ്ങൾക്ക് അയാൾക്ക് ഉത്തരം പറയാനായില്ല. എന്തുത്തരം പറയും? താൻ പറഞ്ഞ ചീത്ത വാക്കുകൾ ബുദ്ധൻ സ്വീകരിച്ചില്ലെങ്കിൽ അവയെല്ലാം തനിക്കു തന്നെയല്ലേ തിരികെ കിട്ടുക!

വിഡ്ഢിയായ ആ മനുഷ്യന്റെ മൗനം കണ്ട് ബുദ്ധൻ അയാളോട് പറഞ്ഞു:

"ദുഷ്ടനായ ഒരു മനുഷ്യൻ ശിഷ്ടനായ ഒരു മനുഷ്യനെ അധിക്ഷേപിക്കുന്നത്, മലർന്നു കിടന്ന് ആകാശത്തിലേക്ക് തുപ്പുന്നതു പോലെയാണ്. അതൊരിക്കലും ആകാശത്തിൽ സ്പർശിക്കില്ല. ആകാശത്തെ മലിനപ്പെടുത്തുകയുമില്ല. മറിച്ച് തുപ്പിയതാരോ അയാളിലേക്കുതന്നെ തിരിച്ചുവന്ന് അയാളെ മാത്രമേ മലിനമാക്കൂ."

ഭഗവാന്റെ വാക്കുകൾ കേട്ട അയാൾക്ക് പിന്നീടൊരു അധിക്ഷേപവും നടത്താനായില്ല. തന്റെ തെറ്റു മനസ്സിലാക്കിയ അയാൾ, ബുദ്ധനെ വണങ്ങി തിരികെ നടന്നു.

ഇരുപത്തിയഞ്ച്

ഭിക്ഷുക്കളോടൊപ്പം ബുദ്ധൻ വിഹാരത്തിലായിരുന്നു. ഏവരും ധർമ്മ പ്രചാരണത്തിൽ ഏർപ്പെട്ടവരായിരുന്നു. പക്ഷേ, അവരിലൊരാൾ മാത്രം അവർക്കൊപ്പം ഉണ്ടായിരുന്നില്ല. വിഹാരത്തിലെ ഒരു മുറിയുടെ ഏകാന്തതയിൽ ആ ഭിക്ഷു കഴിഞ്ഞു കൂടുകയായിരുന്നു. കാരണം അദ്ദേഹത്തിന് കുഷ്ഠരോഗം പിടിപെട്ടിരുന്നു. ആരുംതന്നെ ആ ഭിക്ഷുവിനെ ഗൗനിച്ചില്ല. ശരീരത്തിലെ വ്രണങ്ങൾ കണ്ട് ഏവരും അദ്ദേഹത്തിൽ നിന്ന് ഒഴിഞ്ഞുമാറി നടന്നു. ഭിക്ഷുവാകട്ടെ ഏകാന്തതയിൽ രോഗത്തിന്റെ കൂട്ടുകാരനായും കഴിഞ്ഞുകൂടി.

ഭഗവാൻ ഇതെല്ലാം ശ്രദ്ധിക്കുന്നുണ്ടായിരുന്നു. രോഗിയായ ഭിക്ഷുവിനെ പരിചരിക്കുന്നതിൽ മറ്റു ഭിക്ഷുക്കൾക്കുള്ള വൈമനസ്യം ബുദ്ധനെ വേദനിപ്പിച്ചു. ലോകം മുഴുവനും ധർമ്മം പ്രചരിപ്പിക്കുന്നവർക്ക്, അവരുടെ കൂടെയുള്ള ഒരു രോഗിയോട് ധർമ്മം പുലർത്താൻ കഴിയാത്തതെന്തുകൊണ്ട്?

പറയുന്നതിനേക്കാൾ, പ്രവർത്തിച്ചുകാണിച്ചുകൊടുക്കുന്നതാണ് നല്ലതെന്നു ബുദ്ധനു തോന്നി. അതുകൊണ്ടദ്ദേഹം തന്റെ പ്രിയ ശിഷ്യനായ ആനന്ദനെ വിളിച്ചു.

"ആനന്ദാ, രോഗിയായ നമ്മുടെ സഹോദര ഭിക്ഷുവിനെ കണ്ടില്ലേ? വരൂ, നമുക്കിന്നദ്ദേഹത്തെ പരിചരിക്കാം."

ബുദ്ധന്റെ വാക്കുകളെ എന്നും അനുസരണയോടെ മാത്രം കണ്ടിരുന്ന ആനന്ദൻ ഉടനെ തയ്യാറായി. അങ്ങനെ ഭഗവാനും ശിഷ്യനും കൂടി ആ ഭിക്ഷുവിനെ ശുശ്രൂഷിക്കുവാനാരംഭിച്ചു. അദ്ദേഹത്തിന്റെ മുറിവുകളെല്ലാം അവർ കഴുകി വൃത്തിയാക്കി. അവയെല്ലാം ഭദ്രമായി തുണികൊണ്ടു കെട്ടി അദ്ദേഹത്തിന് സുഖവും ആശ്വാസവും നൽകി. എന്നിട്ടവർ അദ്ദേഹത്തെ സുഖകരമായി കിടത്തി.

ഭഗവാന്റെ ഈ കാരുണ്യം തിരിച്ചറിഞ്ഞ ആ ഭിക്ഷുവിന്റെ കണ്ണുകൾ നിറഞ്ഞുതുളുമ്പി. മറ്റു ഭിക്ഷുക്കൾ ആദ്യം ഈ കാഴ്ച കണ്ട് അമ്പരന്നു. പിന്നീടവർക്കു പശ്ചാത്താപമായി.

അപ്പോൾ ബുദ്ധൻ അവരോടിങ്ങനെ പറഞ്ഞു:

"ഭിക്ഷുക്കളേ, നാമെല്ലാം വീടുവിട്ടിറങ്ങിപ്പോന്നവരാണ്. അസുഖം വന്നാൽ സംരക്ഷിക്കാൻ നമുക്ക് ആരാണുള്ളത്. മാതാപിതാക്കൾ നമുക്കൊപ്പമില്ല, നാം പരസ്പരം സഹായിക്കുകയും സംരക്ഷിക്കുകയും ചെയ്തില്ലെങ്കിൽ, നാം ആരോരുമില്ലാത്തവരാകും. അതുകൊണ്ട് ഇനി എന്നെ പരിചരിക്കാനാഗ്രഹിക്കുന്നവർ രോഗികളെയാണ് പരിചരിക്കേണ്ടത്."

ഇരുപത്തിയാറ്

ഭഗവാൻ രാജഗൃഹത്തിൽ താമസിക്കുന്ന കാലം.

ധനവാനായ ഒരു ഗൃഹസ്ഥൻ അടുത്തവിടെ താമസിച്ചിരുന്നു.

അയാൾക്ക് ഒരിക്കൽ ഒരു പാത്രം കിട്ടി. വെറുമൊരു പാത്രമായിരുന്നില്ല അത്. നിറയെ രത്നങ്ങൾ പതിപ്പിച്ച ഒരു ചന്ദനപ്പാത്രം!

ആ ചന്ദനപ്പാത്രം കയ്യിൽ കിട്ടിയപ്പോൾ അയാൾക്കൊരു ആശയം തോന്നി. തോന്നിയ ആശയം അയാൾ നടപ്പിലാക്കുകയും ചെയ്തു. തന്റെ വീടിനു മുമ്പിൽ ഉയരമുള്ള ഒരു കാൽ നാട്ടി, അതിന്റെ ഏറ്റവും മുകളിൽ അയാൾ ആ ചന്ദനപ്പാത്രം കെട്ടിവച്ചു.

ഇനിയാണ് പരീക്ഷണം.

ഏവരേയും അയാൾ വിളിച്ചുവരുത്തി. വന്നുകൂടിയവരോടെല്ലാമായി അയാൾ ഒരു പ്രഖ്യാപനവും നടത്തി.

"മാന്യരേ, ആരൊരാളാണോ ഉയരത്തിൽ കെട്ടിയ ഈ ചന്ദനപ്പാത്രം താഴെ എത്തിക്കുന്നത്, അയാൾക്ക് ഞാൻ ഈ ചന്ദനപ്പാത്രം നൽകും. എന്നാൽ ഒരു വ്യവസ്ഥയുണ്ട്. പാത്രം താഴത്തിറക്കാൻ ഒരു കോണിയുടേയോ കോലിന്റേയോ കവണയുടേയോ സഹായം ഉപയോഗിക്കാൻ പാടില്ല."

ഏവരും സ്തബ്ധരായി.

ധനികൻ ആദ്യം പറഞ്ഞ വാക്കുകൾ കേട്ടപ്പോൾ സന്തോഷിച്ചവർക്കെല്ലാം, ഇപ്പോൾ നിരാശയായി. ഒന്നിന്റേയും സഹായമില്ലാതെ ഇത്ര ഉയരത്തിലുള്ള ആ ചന്ദനപ്പാത്രമെങ്ങനെയെടുക്കും? ആർക്കും ഒരു വഴി കണ്ടെത്താനായില്ല. അപ്പോഴാണ് ബുദ്ധശിഷ്യനായ കാശ്യപൻ അവിടെ എത്തിയത്.

അദ്ദേഹം കാര്യങ്ങൾ മനസ്സിലാക്കി.

ഞൊടിയിടയിൽ അവിടെയൊരു അത്ഭുതം സംഭവിച്ചു.

ഉയരത്തിൽ കെട്ടിയിട്ട ആ ചന്ദനപ്പാത്രം അതാ താഴത്തെത്തിയിരിക്കുന്നു. അതു താഴത്തെത്താൻ കാശ്യപൻ ഒന്നാഗ്രഹിക്കുക മാത്രമേ ചെയ്തുള്ളൂ. ധനികൻ ആശ്ചര്യഭരിതനായി.

ആരും എടുക്കില്ലെന്ന് അയാൾ കരുതിയ ആ ചന്ദനപ്പാത്രം കാശ്യപൻ എടുത്തിരിക്കുന്നു! വാക്കുപാലിക്കാതെ നിവൃത്തിയില്ലെന്നു

മനസ്സിലാക്കി, അയാൾ ആ ഭിക്ഷുവിന് രത്നഖചിതമായ ചന്ദനപ്പാത്രം കൈമാറി.

കാശ്യപൻ അതേറ്റു വാങ്ങി വിഹാരത്തിലേക്കു നടന്നു.

കാശ്യപനു കിട്ടിയ ആ ചന്ദനപ്പാത്രത്തെക്കുറിച്ച് ബുദ്ധൻ കേട്ടു.

ഭഗവാനുടനെ ആ ഭിക്ഷുവിനടുത്തെത്തി കൈനീട്ടി ആ പാത്രം വാങ്ങി. ഒരു സംശയവുമില്ലാതെ, ബുദ്ധൻ ആ പാത്രം കാശ്യപന്റേയും മറ്റു ഭിക്ഷുക്കളുടേയും മുമ്പിൽ വച്ച് ഉടച്ചുകളഞ്ഞു.

എന്നിട്ട് ഭഗവാൻ അവരോടു പറഞ്ഞു:

"ഭിക്ഷുക്കളേ, ധ്യാനംകൊണ്ടു കിട്ടിയ സിദ്ധി അത്ഭുതങ്ങൾ കാണിക്കാനുള്ളതല്ല. മനുഷ്യരുടെ നന്മയും സന്തോഷവുമായിരിക്കണം നമ്മുടെ ലക്ഷ്യം. അതുകൊണ്ട് ആരുമൊരിക്കലും അത്ഭുതങ്ങൾ കാണിച്ച് ജനങ്ങളെ അമ്പരപ്പിക്കുന്നവരാകരുത്." കാശ്യപനും മറ്റു ഭിക്ഷുക്കളും പിന്നീടൊരിക്കലും അത്ഭുതപ്രവൃത്തികൾ കാണിച്ചിട്ടില്ല.

ഇരുപത്തിയേഴ്

കോസലരാജ്യത്തിന്റെ തലസ്ഥാനമായിരുന്നു ശ്രാവസ്തി. ശ്രാവസ്തിയിൽ ഒരു ധനികൻ ജീവിച്ചിരുന്നു. അയാളുടെ മകളായിരുന്നു വിശാഖ.

കുട്ടിക്കാലത്തുതന്നെ ബുദ്ധനെക്കുറിച്ച് ധാരാളം കേട്ടിരുന്ന വിശാഖ ബുദ്ധന്റെ അനുയായിയായിരുന്നു. അവൾ വളർന്നു വലുതായപ്പോൾ പൂർണ്ണവർദ്ധനൻ എന്നൊരാളെ വിവാഹംചെയ്തു. ശ്രാവസ്തിയിൽ തന്നെയുള്ള മിഗാരൻ എന്നൊരു ധനികന്റെ മകനായിരുന്നു പൂർണ്ണവർദ്ധനൻ.

മിഗാരൻ ഒരിക്കലും ബുദ്ധതത്ത്വങ്ങളിൽ വിശ്വസിച്ചിരുന്നില്ല. അയാൾ യഥാർത്ഥത്തിൽ ജൈനമതവിശ്വാസിയായിരുന്നു. അതുകൊണ്ടുതന്നെ ബുദ്ധനോടോ ബുദ്ധതത്ത്വങ്ങളോടോ അയാൾക്ക് മമതയുമുണ്ടായിരുന്നില്ല.

ബുദ്ധനിപ്പോൾ ശ്രാവസ്തിയിലെത്തിയിരിക്കുന്നു.

അപ്പോൾ വിശാഖയ്ക്കൊരു ആഗ്രഹം. ബുദ്ധനെ തന്റെ ഗൃഹത്തിലേയ്ക്കു ക്ഷണിച്ചാലോ?

എന്നാൽ മിഗാരനുണ്ടോ സമ്മതിക്കുന്നു!

പുത്രവധുവിന്റെ ചോദ്യംകേട്ട് അയാൾക്കു ദേഷ്യവും വന്നു.

"നീ പറഞ്ഞതിനെപ്പറ്റി, വിശാഖ, ഒന്നുകൂടി ആലോചിച്ചു നോക്കൂ. അനേകം ചെറുപ്പക്കാരെ വഴിതെറ്റിച്ചവനാണ് ബുദ്ധൻ. എല്ലാം ഇട്ടെറിഞ്ഞ് സന്ന്യാസിയായവർ എത്രയെന്ന് നിനക്കറിയുമോ? എത്രയെത്ര ഭവനങ്ങളാണ് അയാൾ കാരണം തകർന്നുപോയതെന്നും നീ മനസ്സിലാക്കണം. അയാളൊരിക്കലും നമ്മുടെ ഭവനത്തിൽ കാലുകുത്താൻ പാടില്ല."

"അതൊക്കെ വെറും കെട്ടുകഥകളാണച്ഛാ."

വിശാഖ പറഞ്ഞു. "എവിടെ ബുദ്ധനെത്തുന്നുവോ അവിടെ ശാന്തിയും സന്തോഷവും മാത്രമേ ഉണ്ടാവൂ. അതെനിക്കറിയാം." അവൾ പറഞ്ഞു നിർത്തി. പൂർണ്ണവർദ്ധനൻ അവിടെയുണ്ടായിരുന്നു. അച്ഛന്റെയും ഭാര്യയുടേയും വാക്കുകൾ അയാൾ ശ്രദ്ധിക്കുന്നുണ്ടായിരുന്നു. അയാളും ആ സംഭാഷണത്തിൽ ചേർന്നു. എന്നിട്ടു പറഞ്ഞു.

“ബുദ്ധൻ വരുന്നെങ്കിൽ വരട്ടെ. അതുകൊണ്ട് നമുക്ക് യാതൊരു ദോഷവും വരാനില്ല. ഒരു സന്ന്യാസിയോടു കാണിക്കുന്ന ആചാര മര്യാദകളിൽക്കവിഞ്ഞൊന്നും നാം ചെയ്യുകയും വേണ്ട.”

പൂർണ്ണവർദ്ധനന്റെ വാക്കുകൾ വിശാഖയുടെ ആഗ്രഹത്തിന്നനുകൂലമായിരുന്നു. പുത്രനും പുത്രവധുവും ഒരേ ആഗ്രഹം പ്രകടിപ്പിച്ചപ്പോൾ, മിഗാരനു സമ്മതിക്കേണ്ടിവന്നു.

അങ്ങനെ അവർ ബുദ്ധനെ ക്ഷണിച്ചു.

വിശാഖയ്ക്ക് ഒരു കാര്യം ഉറപ്പുണ്ടായിരുന്നു. ഭഗവാന്റെ വാക്കുകൾ ഒരിക്കൽ മിഗാരൻ കേൾക്കാനിടയായാൽ ആ മനസ്സു മാറും. ബുദ്ധൻ അവരുടെ ഗൃഹത്തിലെത്തിയപ്പോൾ സംഭാഷണത്തിനുള്ള സാഹചര്യങ്ങളും വിശാഖ സൃഷ്ടിച്ചു.

കുടുംബാംഗങ്ങളോടെല്ലാം ബുദ്ധൻ സംസാരിച്ചു. എല്ലാം സശ്രദ്ധം കേട്ടുകൊണ്ട് മിഗാരനുമിരുന്നു.

ബുദ്ധന്റെ വാക്കുകൾ ആ ജൈനവിശ്വാസിയുടെ ഹൃദയത്തെ പിടിച്ചു കുലുക്കി. ഒടുവിലയാൾ ഒരു ബുദ്ധവിശ്വാസിയായി മാറുകയും ചെയ്തു.

ശ്രാവസ്തിയിൽ എവിടെയെങ്കിലും ബുദ്ധൻ പ്രബോധനം നടത്തുണ്ടെന്നറിഞ്ഞാൽ വിശാഖ അവിടെ എത്തുമായിരുന്നു. ലാളിത്യം ഇഷ്ടപ്പെട്ടിരുന്ന ബുദ്ധന്റെ അടുത്തെത്തുന്നവരെല്ലാം അതു പാലിക്കുന്നതിലും ശ്രദ്ധവച്ചിരുന്നു.

ഒരിക്കൽ വിശാഖ ബുദ്ധവചനങ്ങൾ കേൾക്കാനെത്തി. അനവധി ആളുകൾ അവിടെ വന്നിട്ടുണ്ടായിരുന്നു. തന്റെ ആഭരണങ്ങളും ശിരോവസ്ത്രവും ഊരി ഒഴിഞ്ഞൊരിടത്തു വച്ചായിരുന്നു വിശാഖ ഭഗവാനു മുമ്പിലിരുന്നത്. ബുദ്ധൻ പറഞ്ഞ ഓരോ വാക്കും അവളുടെ ഹൃദയത്തിൽ വന്നു നിറഞ്ഞു. ഒടുവിൽ, തിരികെ പോരുമ്പോൾ തന്റെ ആഭരണവും ശിരോവസ്ത്രവുമെടുക്കാൻ വിശാഖ മറന്നുപോയി.

ഏവരും പിരിഞ്ഞു. ഇപ്പോൾ ബുദ്ധനും ശിഷ്യന്മാരും മാത്രം അവശേഷിച്ചു. അപ്പോഴാണ് വിശാഖയുടെ ആടയാഭരണങ്ങൾ ആനന്ദഭിക്ഷുവിന്റെ ശ്രദ്ധയിൽപ്പെട്ടത്. ആരുടേതാണവ എന്നദ്ദേഹത്തിന് ഉടനെ പിടികിട്ടി. ഭിക്ഷു അതെല്ലാം ഭദ്രമായി പൊതിഞ്ഞെടുത്ത് വിശാഖയ്ക്കു കൊടുക്കുവാൻ ഒരാളെ ഏല്പിച്ചു.

എന്നാൽ വിശാഖ അതു സ്വീകരിക്കാൻ തയ്യാറായില്ല. താനവിടെ ഊരിവച്ച് മറന്നുപോന്നത്, സംഘത്തിന്റെ ആവശ്യങ്ങൾക്കായി ഉപയോഗിക്കാമെന്നായിരുന്നു അവളുടെ മറുപടി.

എത്രയോ വിലപിടിച്ച ആഭരണങ്ങൾ! ശ്രാവസ്തിയിൽ അതു വാങ്ങാൻ മാത്രം സമ്പത്തുള്ള ആരുമുണ്ടായില്ല. അതുകൊണ്ട്

സംഘത്തിനു ദാനമായി ലഭിച്ച ആഭരണങ്ങൾ ആരും വാങ്ങാതെ അവശേഷിച്ചു.

ഒടുവിൽ വിശാഖതന്നെ മുന്നോട്ടു വന്നു.

അവൾ ആ ആഭരണങ്ങൾ തിരികെ വാങ്ങി. അതിന്റെ വിലയായ പണം കൊണ്ട് ബുദ്ധനും ശിഷ്യർക്കുമായി മനോഹരമായൊരു വിഹാരം പണിതുകൊടുത്തു. പൗരസ്ത്യോദ്യാനം എന്ന് അത് അറിയപ്പെടുകയും ചെയ്തു.

ബുദ്ധന് ആ വിഹാരം നന്നേ ഇഷ്ടപ്പെട്ടു.

ശ്രാവസ്തിയിലെത്തുന്ന ഏതവസരത്തിലും പിന്നീട് ബുദ്ധൻ ആ വിഹാരത്തിലാണ് ചെലവഴിച്ചത്.

ഇരുപത്തിയെട്ട്

ജാതിചിന്ത കൊടികുത്തി വാഴുന്ന നാളുകളായിരുന്നു അത്. ബ്രാഹ്മണർ, ക്ഷത്രിയർ, വൈശ്യർ, ശുദ്രർ എന്നിങ്ങനെ മനുഷ്യർ പല ജാതികളായി വിഭജിക്കപ്പെട്ടിരുന്നു.

തൊട്ടുകൂടായ്മയും തീണ്ടിക്കൂടായ്മയും നിലനിന്നിരുന്നു. മനുഷ്യനായി പിറന്നിട്ടും ഉയർന്ന ജാതിയിലെന്നു പറയപ്പെടുന്നവരുടെ അടുത്തു ചെല്ലാനോ അവർ നടക്കുന്ന വഴിയേ നടക്കാനോ കഴിയാത്തവരായിരുന്നു ഭൂരിഭാഗം ജനങ്ങളും. ആരും അവരോടൊരു അനുകമ്പ കാണിച്ചില്ല. എല്ലാം ദൈവഹിതമെന്നു പറഞ്ഞ് അവരെ അകറ്റി നിർത്തി!

ജാതിയുടെ ഈ വേലിക്കെട്ടുകൾ ബുദ്ധനെ വേദനിപ്പിച്ചു.

ഒരേ ഭൂമിയിൽ ഒരേ വായു ശ്വസിച്ച് ഒരേ ജലം കുടിച്ച് ജീവിക്കുന്നവർ എങ്ങനെ ഉയർന്നവരും താഴ്ന്നവരുമാകും ? മനുഷ്യർ ഒറ്റ ജാതിയല്ലേ.

ഭഗവാൻ ആരോടും അകലം പാലിച്ചില്ല. ഉയർന്നവനായാലും താഴ്ന്നവനായാലും ബുദ്ധന് ഏവരും ഒരുപോലെ. മനുഷ്യരോട് മാത്രമല്ല, സകല ജീവജാലങ്ങളോടും കരുണ കാണിക്കേണ്ടവരാണ് നാമെന്ന് അദ്ദേഹം നിരന്തരം ഓർമ്മിപ്പിച്ചു. ആരും ആരേയും വെറുക്കുകയോ നിന്ദിക്കുകയോ ചെയ്യരുത്. കാരുണ്യവും സ്നേഹവുമാണ് ധർമ്മം.

ആനന്ദനൊപ്പം ബുദ്ധൻ ഒരിടത്ത് തങ്ങുകയായിരുന്നു. ആനന്ദൻ നേരത്തെ എഴുന്നേറ്റു. ആചാരപ്രകാരമുള്ള എല്ലാ അനുഷ്ഠാനങ്ങളും നടത്തി. പിന്നീട് ആ ഭിക്ഷു ഭിക്ഷാപാത്രവുമായി ഇറങ്ങി.

അന്നേയ്ക്കു വേണ്ടുന്ന ഭക്ഷണം ഭിക്ഷയെടുക്കുകയായിരുന്നു ലക്ഷ്യം. എവിടെനിന്നു ഭക്ഷണം ലഭിച്ചാലും അതു സ്വീകരിക്കും. അവിടെ വലിപ്പച്ചെറുപ്പങ്ങളില്ല. അങ്ങനെ ആ യാത്രയിൽ ലഭിച്ച ഭിക്ഷയുമായി ആനന്ദൻ വിഹാരത്തിലേക്കു മടങ്ങി.

യാത്രാക്ഷീണം കൊണ്ട് തളർന്ന അദ്ദേഹത്തിന് അല്പം വെള്ളം കുടിക്കണമെന്നു തോന്നി. അങ്ങനെ അദ്ദേഹം അടുത്തു കണ്ട ഒരു കിണറിനരുകിലെത്തി. അവിടെ ഒരു ചണ്ഡാലപ്പെൺകുട്ടി വെള്ളം

കോരുന്നുണ്ടായിരുന്നു. ഭിക്ഷു തന്റെ ഇരുകൈകളും ഒരു കുടന്ന യാക്കി പിടിച്ച് അവൾക്കു മുമ്പിൽ നിന്നു. എന്നിട്ടു പറഞ്ഞു:

"സഹോദരീ, ഒരല്പം വെള്ളം എനിക്കു കുടിക്കാൻ തരൂ."

ആ ഭിക്ഷുവും അദ്ദേഹത്തിന്റെ അപേക്ഷയും ആ ചണ്ഡാല പ്പെൺകുട്ടിയെ ഞെട്ടിപ്പിച്ചു. നീചജാതിയിൽ പിറന്ന തന്നോട് ഒരു ഭിക്ഷു കുടിനീരു ചോദിക്കുന്നു! ഇതു മഹാപാപമാണ്, അവളുടെ ശീലം അവളെ അങ്ങനെ ഓർമ്മിപ്പിച്ചു. അതുകൊണ്ട് അവൾ പറ ഞ്ഞു: "അല്ലയോ ഭിക്ഷു, അങ്ങ് എന്തതിക്രമമാണീ ചെയ്യുന്നത്? ഒരു ചണ്ഡാല പെൺകുട്ടിയായ ഞാനെങ്ങനെ ഈ കൈകളിൽ കുടിനീരു പകരും!" അതുകേട്ട് ആനന്ദൻ അവളോടു പറഞ്ഞു:

"സഹോദരീ, നീയെന്താണിങ്ങനെ പറയുന്നത്? ഞാൻ നിന്നോട് നിന്റെ ജാതിയേതെന്നോ കുലമേതെന്നോ ചോദിച്ചുവോ? ചോദിച്ചത് അല്പം ദാഹജലം മാത്രമല്ലേ. അതു തരാൻ നിനക്കാകുമെങ്കിൽ തരിക."

ആ വാക്കുകൾ ഒരു തേന്മഴയായി ആ പെൺകുട്ടിയുടെ ഉള്ളിൽ വീണു നിറഞ്ഞു. ഇതുവരെ ആരും പറയാത്ത വാക്കുകൾ! അവ ളുടെ മനം കുളിർത്തു. ആനന്ദംകൊണ്ടും അതിലേറെ അഭിമാനം കൊണ്ടും അവളുടെ മിഴികൾ നിറഞ്ഞു. തനിക്കു മുമ്പിൽ നീട്ടിപ്പിടിച്ച ആ കൈക്കുടുന്നയിൽ അവൾ ജലം പകർന്നു.

ആനന്ദഭിക്ഷു അതാവോളം കുടിച്ചു. ദാഹം ശമിച്ചപ്പോൾ അദ്ദേഹം അവളോട് യാത്ര പറഞ്ഞു മടങ്ങി.

ബുദ്ധനോ അദ്ദേഹത്തിന്റെ ശിഷ്യർക്കോ മനുഷ്യർക്കിടയിലുള്ള ഈ വിഭജനത്തെ അംഗീകരിക്കാനായില്ല. മാനവകുലമൊന്നാണെന്നും എല്ലാ മനുഷ്യരുടേയും ദുഃഖത്തിനു പരിഹാരംകാണണമെന്നും നിശ്ച യിച്ചായിരുന്നല്ലോ ബുദ്ധൻ തന്റെ കുലവും ജാതിയും കൊട്ടാരവും വിട്ട്, സുഖങ്ങളെ ത്യജിച്ച് ഇറങ്ങിപ്പുറപ്പെട്ടത്!

ഇരുപത്തിയൊമ്പത്

ബുദ്ധൻ അഗാധമായ ധ്യാനത്തിലാണ്.

അദ്ദേഹമിരിക്കുന്നത് ഒരു മരച്ചുവട്ടിൽ.

ധ്യാനബുദ്ധനെ ശ്രദ്ധിച്ച് ഒരാൾ കുറേ നേരമായി അവിടെ നിൽക്കുന്നു. അയാൾ ഒരു പുരോഹിതനായിരുന്നു. ബുദ്ധനുണരുന്നതും കാത്താണ് അയാളുടെ നില്പ്.

ഏറെ നേരത്തിനുശേഷം ബുദ്ധൻ മിഴികൾ തുറന്നു.

ആ പുരോഹിതൻ ബുദ്ധനെ സമീപിച്ചു.

ഇതിനുമുമ്പൊരിക്കലും താൻ അനുഭവിച്ചിട്ടില്ലാത്ത ഒരു ശാന്തത അയാൾക്കപ്പോൾ അറിയാൻ കഴിഞ്ഞു. അയാൾക്ക് ഒരു കാര്യമറിയണം. എങ്ങനെയാണ് മനുഷ്യനിത്ര ശാന്തനാകാൻ കഴിയുക?

അപ്പോൾ ബുദ്ധൻ അയാളോട് ഒരു ആനയുടെ കഥ പറഞ്ഞു:

ശക്തനും ബലവാനുമായ ഒരു ആനയുടെ കഥയായിരുന്നു അത്. എന്നിട്ട് ഭഗവാൻ ഇപ്രകാരം കൂട്ടിച്ചേർത്തു:

"അനന്തമായ ശക്തി ഏവരിലുമുണ്ട്. ശരിയായി നിയന്ത്രിച്ചാൽ, ശരിയായി ഉപയോഗിച്ചാൽ, ആർക്കും അതുകൊണ്ട് ഇളകാത്ത ശാന്തിയും ലഭിയ്ക്കും."

ബുദ്ധൻ പറഞ്ഞതുകേട്ടപ്പോൾ ആ പുരോഹിതനു മറ്റൊരു സംശയമുദിച്ചു. എല്ലാ മനുഷ്യർക്കും ഇതു കഴിയുമോ?

അയാൾ അടുത്ത ചോദ്യത്തിലേക്കു കടന്നു. കഴിയുമെന്നായി ബുദ്ധൻ.

"അങ്ങൊരു ദൈവമാണോ?"

"അല്ല," ബുദ്ധൻ പറഞ്ഞു.

"ഒരു ഗന്ധർവനോ അതോ അതുപോലുള്ള മറ്റെന്തെങ്കിലുമോ", പുരോഹിതൻ ചോദ്യം തുടരുകയാണ്.

"അല്ല, ഒരു മനുഷ്യൻ മാത്രം." ബുദ്ധൻ പറഞ്ഞു.

"ഞാനും ദുഃഖങ്ങളിൽ വേദനിച്ച ഒരു മനുഷ്യനാണ്. പക്ഷേ, എല്ലാ വേരുകളും ഞാനറുത്തുമാറ്റി. ഇപ്പോൾ ഇതാ ഒരു താമര

പോലെയായി. ഒരു താമര എങ്ങനെ ജലത്തിനടിയിൽ ജനിച്ചു വളർന്ന് ഒടുവിൽ ജലോപരിതലത്തിൽ എത്തുന്നുവോ അതുപോലെ. ഞാൻ ഈ ലോകത്തിൽ ജനിച്ചു വളർന്നു. ഇതിന്റെ ദുഃഖങ്ങളും വേദന കളും അറിഞ്ഞു. പിന്നീട് അവയെ മറികടക്കാനാകുമെന്നും അറിഞ്ഞു. ഇന്നിപ്പോൾ ശാന്തതയാണ്, ഇളക്കാനാകാത്ത ശാന്തത."

ലോകത്തിനുവേണ്ടി ജീവിക്കുമ്പോൾ, സ്വന്തം സുഖദുഃഖങ്ങളെ മറന്നു ആ മഹാത്മാവ്. അനേകായിരങ്ങൾ ദുരിതമനുഭവിക്കുമ്പോൾ അഹന്തയ്ക്കും സ്വാർത്ഥതയ്ക്കും സ്ഥാനമില്ലെന്നറിഞ്ഞു ഭഗവാൻ.

പുരോഹിതൻ വീണ്ടും ധൈര്യം സംഭരിച്ചു. ഒരു ചോദ്യം കൂടി മുന്നോട്ടു വച്ചു.

"അങ്ങ് ഏതു ഗണത്തിൽപ്പെടുന്നവനാണ്?"

വളരെ ശാന്തനായിത്തന്നെ ബുദ്ധൻ ആ ചോദ്യത്തിനും ഉത്തരം പറഞ്ഞു.

"ഉണർന്നിരിക്കുന്നവനാണ് ഞാൻ."

ബുദ്ധൻ പറഞ്ഞതെന്തെന്നു പുരോഹിതനു മനസ്സിലായി. ഉണരുക എന്നാൽ മിഴികൾ തുറന്നിരിക്കലല്ല. അതു മനസ്സ് തുറന്നി രിക്കലാണ്, അകക്കണ്ണു തുറക്കലാണ്. കണ്ടതു കണ്ടു മറക്കാതെ, കാഴ്ചയ്ക്കു പിന്നിലുള്ള കാര്യത്തെ അറിയലാണ്. സിദ്ധാർത്ഥൻ എങ്ങനെ ബുദ്ധനായെന്ന് അപ്പോൾ ആ പുരോഹിതൻ അറിഞ്ഞു.

മുപ്പത്

പ്രസേനജിത്ത് ഒരു മഹാരാജാവായിരുന്നു.

ഒരിക്കൽ അദ്ദേഹത്തിനൊരു ആഗ്രഹം തോന്നി. ബുദ്ധനെ സന്ദർശിക്കണം.

മഹാരാജാവിന്റെ പത്നിയായിരുന്നു ഈ ആഗ്രഹത്തിനു കാരണം. നന്നേ ചെറുപ്രായം മുതൽ അവർ ബുദ്ധന്റെ അടുത്തെത്തിയിരുന്നു. എന്നാൽ പ്രസേനജിത്തിന് അത്തരം താത്പര്യങ്ങളൊന്നുമില്ലായിരുന്നു. ഏതായാലും പത്നി പറഞ്ഞതല്ലേ, ഒന്നു പോകാമെന്നു രാജാവ് കരുതി.

അദ്ദേഹത്തിന്റെ പക്കൽ ഒരമൂല്യരത്നമുണ്ടായിരുന്നു. ബുദ്ധനെ ആദ്യമായി കാണുമ്പോൾ അതു ഭഗവാനു സമർപ്പിക്കാമെന്നും രാജാവ് തീരുമാനിച്ചു. ഈ രത്നം കാണുമ്പോൾ ഒരുപക്ഷേ, ബുദ്ധൻ വിചാരിക്കും; പ്രസേനജിത്ത് വലിയവൻ തന്നെ!

ഇങ്ങനെ ഓരോ മനോരാജ്യവുമായി അദ്ദേഹം തയ്യാറെടുത്തപ്പോൾ രാജപത്നി പറഞ്ഞു:

"പ്രഭോ, ബുദ്ധനെന്തിനാണു രത്നം? രത്നത്തേക്കാളേറെ ഒരു പുഷ്പമായിരിക്കും ബുദ്ധനിഷ്ടം."

അദ്ദേഹത്തിനതു മനസ്സിലായില്ല. രത്നത്തെ ഒഴിവാക്കി ബുദ്ധനെങ്ങനെ പൂവ് ഇഷ്ടപ്പെടും? ഏതായാലും രത്നവും പുഷ്പവും കയ്യിലെടുക്കാമെന്നുറുച്ചു പ്രസേനജിത്ത്.

ഒരു കൈയിലൊരു താമരപ്പൂവും മറുകയ്യിൽ വിലപിടിച്ച ആ രത്നവുമായി അദ്ദേഹം യാത്ര തിരിച്ചു.

രാജാവ് ബുദ്ധസന്നിധിയിലെത്തി.

അദ്ദേഹം ബുദ്ധനെ വണങ്ങി. ആദരവോടെ തന്റെ കയ്യിലുള്ള രത്നം ഭഗവാനു മുമ്പിൽ സമർപ്പിച്ചു. മഹാരാജാവിന്റെ മുഖത്ത് അപ്പോൾ അഭിമാനം നിറഞ്ഞു തുളുമ്പുന്നതു കാണാമായിരുന്നു. അദ്ദേഹം ബുദ്ധന്റെ ഭാവം ശ്രദ്ധിച്ചു. രത്നം കണ്ടിട്ടും ഭഗവാന് ഒരു ഭാവഭേദവുമില്ല. രത്നം ശ്രദ്ധിച്ചിട്ട് ബുദ്ധൻ പറഞ്ഞു:

"ഇതു കളഞ്ഞേക്കൂ."

പ്രസേനജിത്ത് ഞെട്ടിപ്പോയി. അമൂല്യമായ ഈ രത്നം കളയാനല്ലേ ഭഗവാൻ പറഞ്ഞത്! മറ്റൊരു നിവൃത്തിയുമില്ല. കളയുകതന്നെ. രാജാവ് ആ രത്നം താഴെയിട്ടു. പത്നി പറഞ്ഞതാണു ശരി. അദ്ദേഹം വിചാരിച്ചു. ബുദ്ധൻ രത്നം സ്വീകരിച്ചില്ല. എന്നാൽ ഈ പുഷ്പം സ്വീകരിക്കും, തീർച്ച. രാജാവ് ആ താമരപ്പൂവ് ബുദ്ധനു നേരെ നീട്ടി.

അദ്ദേഹത്തിനെ സ്തബ്ധനാക്കിക്കൊണ്ട് അപ്പോൾ ബുദ്ധൻ പറഞ്ഞു: "അതു കളഞ്ഞേക്കൂ."

ഇനി എന്തു ചെയ്യും? രാജാവിന് ആശയക്കുഴപ്പമായി. പ്രസേനജിത്ത് കയ്യിലെ താമരപ്പൂവ് താഴെയിട്ട് നിശ്ശബ്ദനായി ഭഗവാന്റെ മുമ്പിൽ നിന്നു. അപ്പോൾ വീണ്ടും ഭഗവാന്റെ ചുണ്ടുകൾ മന്ത്രിച്ചു:

"അതു കളഞ്ഞേക്കൂ."

രത്നവും പുഷ്പവും താഴെയിട്ടു. എന്നിട്ടും ബുദ്ധൻ പറയുന്നു അതു കളയുവാൻ. ഇനി എന്താണ് തന്റെ കയ്യിൽ കളയാനുള്ളത്! ഒന്നും മനസ്സിലാകാത്ത ഒരു വിഡ്ഢിയെപ്പോലെ അഭിമാനമെല്ലാം തകർന്ന് മഹാരാജാവ് നിന്നു.

ഇതെല്ലാം കണ്ടുംകേട്ടും ബുദ്ധശിഷ്യനായ സരിപുത്തൻ അവിടെ നില്പുണ്ടായിരുന്നു. പ്രസേനജിത്തിന്റെ അവസ്ഥ കണ്ടപ്പോൾ അദ്ദേഹത്തിന് ചിരി വന്നു. രാജാവ് ആ ഭിക്ഷുവിനെ നോക്കി. എന്നിട്ടു ചോദിച്ചു.

"അങ്ങെന്തിനാണ് ചിരിക്കുന്നത്?"

സരിപുത്തൻ പറഞ്ഞു. "ഹേ മഹാരാജാവേ, ബുദ്ധൻ പറഞ്ഞത് അങ്ങേയ്ക്കു മനസ്സിലായില്ല. രത്നവും പുഷ്പവും ഉപേക്ഷിക്കാനല്ല അദ്ദേഹം പറഞ്ഞത്. അവ നിങ്ങൾ കയ്യിലെടുത്തോളൂ. ഉപേക്ഷിക്കേണ്ടത് നിങ്ങളുടെ ഞാനെന്ന ഭാവത്തെയാണ്."

ആ വാക്കുകൾ പ്രസേനജിത്തിന്റെ മനസ്സിൽ തറച്ചുകയറി. ഒരു നിമിഷം കൊണ്ട് മനസ്സിൽ വെളിച്ചം വിടർന്നു. ഞാനെന്ന ഭാവത്തെ, അഹംബോധത്തെ ഉപേക്ഷിക്കുക. വിനയത്തോടെ, മഹാരാജാവ് ഭഗവാന്റെ കാൽക്കൽ വീണു. വെളിച്ചം കാട്ടിക്കൊടുത്ത ആ ഗുരുവിനെ അദ്ദേഹത്തിന് പിന്നീടൊരിക്കലും മറക്കാനായില്ല.

സകലതും ഉപേക്ഷിച്ച് ആ ഭിക്ഷുസംഘത്തിലെ ഒരംഗമായി പ്രസേനജിത്ത്. ഭഗവാന്റെ സ്നേഹവും കാരുണ്യവും അദ്ദേഹം അറിഞ്ഞു.

മുപ്പത്തിയൊന്ന്

ആനന്ദപിണ്ഡികൻ അതിസമ്പന്നനായിരുന്നു. സുദത്ത എന്നായിരുന്നു. അദ്ദേഹത്തിന്റെ ശരിയായ നാമം. എങ്കിലും എല്ലാവരും ആനന്ദപിണ്ഡികൻ എന്നദ്ദേഹത്തെ വിളിച്ചുപോന്നു.

മഹാകാരുണികനായിരുന്നു ആനന്ദപിണ്ഡികൻ. ദരിദ്രരോടും കഷ്ടപ്പെടുന്നവരോടും അദ്ദേഹം അഗാധമായ കാരുണ്യം കാണിച്ചിരുന്നു. അവരെ ഉള്ളഴിഞ്ഞു സഹായിച്ചിരുന്നു. അങ്ങനെ ദാനശീലൻ എന്നർത്ഥം വരുന്ന ആനന്ദപിണ്ഡികനെന്ന പേര് സുദത്തനു ലഭിച്ചു.

അദ്ദേഹമിപ്പോൾ രാജഗൃഹത്തിലേക്കുള്ള യാത്രയിലാണ്. രാജഗൃഹത്തിലാണ് അദ്ദേഹത്തിന്റെ സഹോദരിയും സഹോദരീ ഭർത്താവും താമസിക്കുന്നത്. അന്നദ്ദേഹം അവിടെയെത്തി, സഹോദരിയുടെ ഭവനത്തിൽ താമസിച്ചു. ആ വീട്ടിൽ തകൃതിയായി തയ്യാറെടുപ്പുകൾ നടക്കുന്നുണ്ടായിരുന്നു. ഒരുപക്ഷേ, മഗധയുടെ രാജാവ് ബിംബിസാരൻ അങ്ങോട്ടെത്തുന്നുണ്ടാകും. സുദത്തൻ അങ്ങനെയാണ് കരുതിയത്. പിന്നീട് കാര്യങ്ങൾ തിരക്കിയപ്പോൾ അദ്ദേഹത്തിനു മനസ്സിലായി, ബിംബിസാരനല്ല ബുദ്ധനാണ് ഭിക്ഷുക്കൾക്കൊപ്പം വരുന്നത്.

ബുദ്ധനോ? ആനന്ദപിണ്ഡികന് ആശ്ചര്യമായി.

"എവിടെയാണ് ഭഗവാനിപ്പോൾ?" അദ്ദേഹത്തിനതറിയാൻ തിടുക്കമായി.

"ഭഗവാൻ സിതാവനത്തിലുണ്ട." സഹോദരീ ഭർത്താവ് പറഞ്ഞു. സമയം രാത്രിയായിരിക്കുന്നു. എങ്കിലും സുദത്തൻ തയ്യാറെടുത്തു. ഇപ്പോൾത്തന്നെ സിതാവനത്തിലെത്തണം. ബുദ്ധനെ ഒന്നു കാണണം.

"വേണ്ട, ഇപ്പോൾ, രാത്രി ഈ അസമയത്ത് യാത്ര തിരിക്കേണ്ട, രാവിലെ പോയാൽ മതി."

സഹോദരിയും ഭർത്താവും അദ്ദേഹത്തെ തടഞ്ഞു.

അങ്ങനെ രാത്രിയിലെ യാത്ര അദ്ദേഹം ഉപേക്ഷിച്ചു. ഉറങ്ങാൻ കിടന്നിട്ടും ഉറങ്ങാനാകാതെ ആനന്ദപിണ്ഡികൻ ആ രാത്രി ചെലവഴിച്ചു. മനസ്സു നിറയെ ബുദ്ധനെ കാണണമെന്നുള്ള

ആഗ്രഹമാണ്. കുറെനേരം കഴിഞ്ഞു. അദ്ദേഹം ചാടിയെഴുന്നേറ്റു. പ്രഭാതമായിക്കാണുമെന്നാണ് കരുതിയത്. അങ്ങനെ സൂര്യോദയത്തിനു മുമ്പ് സുദത്തൻ പുറപ്പെട്ടു.

സിതാവനത്തിലെത്തിയപ്പോൾ, ബുദ്ധൻ ഉണർന്നിട്ടുണ്ടായിരുന്നില്ല.

ആനന്ദപിണ്ഡികൻ കാത്തുനിന്നു. നന്നേ പ്രഭാതത്തിൽ തന്നെ കാണാനെത്തിയ അദ്ദേഹത്തെ ബുദ്ധൻ സ്വീകരിച്ചു. ഭഗവാൻ ധർമ്മത്തെക്കുറിച്ചു സംസാരിച്ചപ്പോൾ, സുദത്തന്റെ മനസ്സിളകി. ഇന്നോളമുള്ള ജീവിതം ശരിയല്ലെന്നു തോന്നി. ഒടുവിൽ ആനന്ദപിണ്ഡികൻ ഒരു തീരുമാനമെടുത്തു. എല്ലാം ഉപേക്ഷിച്ച് ഒരു ഭിക്ഷുവാകാം. ആ തീരുമാനം അദ്ദേഹം ബുദ്ധനെ അറിയിക്കുകയും ചെയ്തു.

അപ്പോൾ ബുദ്ധൻ പറഞ്ഞു:

"ധനവാനായിരിക്കുന്നതിൽ തെറ്റൊന്നുമില്ല സുദത്താ. ധനത്തോട് അമിതമായ സ്നേഹമുണ്ടാകുന്നതാണ് തെറ്റ്. കൈവശമുള്ള ധനം ലോകസുഖത്തിനുവേണ്ടി ഉപയോഗിക്കുവാനുള്ള മനസ്സാണ് ഉണ്ടാകേണ്ടത്."

മറ്റുള്ളവർക്ക് താൻ ചെയ്യുന്ന സഹായങ്ങളെക്കുറിച്ച് സുദത്തൻ ഭഗവാനോടു പറഞ്ഞു.

"എങ്കിൽ, നിങ്ങളൊരിക്കലും എല്ലാം ഉപേക്ഷിച്ചുപോരരുത്. നിങ്ങൾ സഹായിക്കാനില്ലെങ്കിൽ, വിശക്കുന്നവർക്ക് ആരുണ്ട് സഹായത്തിനായി?"

ബുദ്ധൻതുടർന്നു:

"ധർമ്മം നിറവേറ്റാൻ എല്ലാം ഉപേക്ഷിക്കണമെന്നില്ല. നിങ്ങൾ ഇപ്പോൾ ചെയ്യുന്ന പ്രവൃത്തി തന്നെ വലിയൊരു ധർമ്മമാണ്. അതിനെ ഉപേക്ഷിക്കരുത്."

ഭഗവാന്റെ വാക്കുകൾ ആനന്ദപിണ്ഡികനെ ആഹ്ലാദിപ്പിച്ചു. ഭിക്ഷുക്കൾക്കു മഴക്കാലത്തു താമസിക്കാൻ ശ്രാവസ്തിയിൽ താനൊരു വിഹാരം പണിതുകൊള്ളട്ടെ എന്നദ്ദേഹം ബുദ്ധനോടു ചോദിച്ചു. ഭഗവാൻ ആ ആഗ്രഹത്തെ അംഗീകരിച്ചു.

ആനന്ദപിണ്ഡികൻ പണികഴിപ്പിച്ച ആ വിഹാരമാണ് ജേതവനവിഹാരമെന്ന് പിന്നീട് അറിയപ്പെട്ടത്. ഭഗവാന് ഏറെ ഇഷ്ടപ്പെട്ട ധ്യാനകേന്ദ്രങ്ങളിലൊന്നായിരുന്നു ജേതവനം.

മുപ്പത്തിരണ്ട്

ബുദ്ധഭഗവാൻ ചിലപ്പോൾ കഥകൾ പറയാറുണ്ട്.അതാരേയും രസിപ്പിക്കാനായിരുന്നില്ല. സംഘത്തിലുള്ള ഭിക്ഷുക്കൾക്കോ സംശയം തീർക്കാനെത്തുന്നവർക്കോ ഉപദേശങ്ങൾ തേടിയെത്തുന്നവർക്കോ എളുപ്പത്തിൽ കാര്യങ്ങൾ മനസ്സിലാക്കിക്കൊടുക്കുന്നതിനായിരുന്നു ഈ കഥകൾ. കഥകളിൽ വലിയ വലിയ തത്ത്വങ്ങൾ അടങ്ങിയിട്ടുണ്ടാകും.

ഇതാ ബുദ്ധൻ പറഞ്ഞ ഒരു കഥ.

ഒരു മഴക്കാലം.

ദിവസങ്ങളായി മഴ തോരാതെ പെയ്യുകയാണ്. മഴപെയ്ത് നദികളെല്ലാം നിറഞ്ഞു കവിഞ്ഞ് ഒഴുകുകയാണ്. അക്കരെയെത്താൻ ആർക്കും പ്രയാസമുള്ളത്ര വെള്ളമുണ്ട് നദിയിൽ. അപ്പോഴാണ് ആ നദിക്കരയിൽ ചിലരെത്തുന്നത്. അവർക്കു മറുകര എത്തണം.

ഭാഗ്യം! അവർ ആ നദിക്കരയിൽ ഒരു വള്ളം കണ്ടു. യാത്രക്കാർ അതിൽ കയറി തുഴയാൻ തുടങ്ങി. ഒഴുക്കിനെ കീറി മുറിച്ച് വള്ളം മറുകരയിലേക്കു നീങ്ങി. അവർക്കു സന്തോഷമായി. ഈ വള്ളമില്ലായിരുന്നെങ്കിൽ ഒരിക്കലും അവർക്ക് അക്കരെയെത്താൻ കഴിയുമായിരുന്നില്ല. അങ്ങനെ തുഴഞ്ഞു തുഴഞ്ഞ് അവർ അക്കരെയെത്തി. ഇപ്പോൾ ആശ്വാസമായി, അവർക്കു സന്തോഷമായി.

അവർ കരയിലിറങ്ങി. വള്ളത്തെ കരയിൽ കെട്ടിയിടാനൊരുങ്ങി. അപ്പോൾ അവരിലൊരാൾ പറഞ്ഞു:

"അരുത്. നന്ദികേടു കാണിക്കരുത്."

നന്ദികേടോ? ആര്? ആരോട്?

എല്ലാവരും പരസ്പരം നോക്കി.

അപ്പോൾ ആദ്യത്തെ ആൾ ചോദിച്ചു:

"മഴപെയ്തു നിറഞ്ഞ ഈ പുഴയിലൂടെ നീന്തി ഇക്കരെയെത്താൻ നമ്മൾ ശ്രമിച്ചിരുന്നെങ്കിൽ, എന്തു പറ്റുമായിരുന്നു?"

"ചിലപ്പോൾ വെള്ളത്തിൽ മുങ്ങി നമ്മൾ മരിക്കും."

എല്ലാവരും ഒരേ സ്വരത്തിൽ ഉത്തരം പറഞ്ഞു.

“എന്നാൽ നമ്മൾ മരിച്ചോ?” അയാൾ വീണ്ടും ചോദിച്ചു.

“ഇല്ല.”

“അതെന്തുകൊണ്ട്?”

“ഈ വള്ളമുണ്ടായിരുന്നതുകൊണ്ട്.”

അപ്പോൾ ഒന്നാമൻ വിശദീകരിച്ചു.

“ഈ വള്ളമല്ലേ നമ്മുടെ ജീവൻ രക്ഷിച്ചത്? ജീവൻ രക്ഷപ്പെട്ടു കഴിഞ്ഞാൽ പിന്നെ നാം വള്ളത്തെ ഉപേക്ഷിച്ചുപോകുന്നത് ശരിയാണോ?”

ശരിയല്ലെന്ന് എല്ലാവർക്കും തോന്നി. രക്ഷകനെ കയ്യൊഴിയുന്നത് നന്ദികേടാണ്.

ഇനി എന്തു ചെയ്യും? അടുത്ത ചോദ്യമുയർന്നു. ഒടുവിൽ അവരൊരു കൂട്ടായ തീരുമാനത്തിലെത്തി.

“നമുക്കീ വള്ളത്തേയും ചുമലിലേറ്റി പോകാം.”

എല്ലാവരും ചേർന്ന് വള്ളമെടുത്തുയർത്തി തോളിലേറ്റി നടന്നു. വഴിവക്കിൽ ആ കാഴ്ച കണ്ട് പലരും അത്ഭുതപ്പെട്ടു. ചിലർ പരിഹസിച്ചു.

അപ്പോൾ ആ യാത്രക്കാർ അവരോടിങ്ങനെ പറഞ്ഞു:

“ഞങ്ങളുടെ ജീവൻ രക്ഷിച്ച വള്ളമാണിത്. ഇനി ഞങ്ങളുടെ ജീവൻ പോകുവോളംവരെ ഞങ്ങളിതിനെ ഇങ്ങനെ എടുത്തു നടക്കും. അല്ലെങ്കിൽ അതൊരു നന്ദികേടാകും.”

ആ മറുപടി കേട്ട് മറ്റുള്ളവർ ചിരിച്ചു.

ഭഗവാൻ പറഞ്ഞ ഈ കഥയുടെ പൊരുളിതാണ്.

നന്ദി കാണിക്കേണ്ടവരോട് നന്ദി കാണിക്കണം. എന്നാൽ ജീവിത കാലം മുഴുവനും അവരെ ഏറ്റി നടക്കാൻ തുടങ്ങിയാൽ വിഡ്ഢി ത്തമാകും. മനസ്സിലും ശരീരത്തിലും ഒന്നിനേയും ആവശ്യത്തിൽ കൂടുതൽ ഏറ്റിനടക്കരുത്.

മുപ്പത്തിമൂന്ന്

ഒരു യാത്രയിൽ ബുദ്ധനൊപ്പം ആനന്ദനുമുണ്ടായിരുന്നു. വനത്തിലൂടെ ആയിരുന്നു അവരുടെ യാത്ര.

ബുദ്ധന് പ്രായമേറി വരികയാണ്. എങ്കിലും യാത്രയെ അതൊന്നും ബാധിച്ചിരുന്നില്ല. ഒരു കാട്ടരുവി കടന്ന് അവർ യാത്ര തുടർന്നു. കുറച്ചു ദൂരം പിന്നിട്ടപ്പോൾ ബുദ്ധനു ക്ഷീണം തോന്നി. അദ്ദേഹം ആനന്ദനോടു പറഞ്ഞു.

"ആനന്ദാ, വല്ലാത്തദാഹം. നീ എന്റെ ഭിക്ഷാപാത്രമെടുത്ത് ആ അരുവിയിൽ നിന്ന് കുറച്ചു വെള്ളം കൊണ്ടുവരൂ."

ആനന്ദൻ ഉടനെ ഭിക്ഷാപാത്രമെടുത്തു നടന്നു. അരുവിക്കരയിലെത്തിയപ്പോൾ ആനന്ദനു പ്രയാസമായി. വെള്ളം മുഴുവൻ കലങ്ങി മലിനമായിരിക്കുന്നു. അടിത്തട്ടിൽ വീണു കിടന്നു ദ്രവിച്ച ഇലകൾ വെള്ളത്തിൽ കൂടിക്കലർന്നിരിക്കുന്നു. ആ വഴി ഒരു കാളവണ്ടി പോയതുകൊണ്ടാണ് ജലം കലങ്ങിയത്.

ഇനി ഇതെങ്ങനെ കുടിക്കും?

ഭഗവാന് ഈ ജലം ദാഹജലമായി നൽകാൻ കഴിയില്ലെന്ന് ആനന്ദനുറച്ചു. അതുകൊണ്ടദ്ദേഹം തിരികെ നടന്നു.

ശൂന്യമായ ഭിക്ഷാപാത്രവുമായി ആനന്ദനെത്തിയപ്പോൾ ബുദ്ധൻ ഒരു മരച്ചുവട്ടിൽ ജലവും കാത്തിരിക്കുകയായിരുന്നു. അദ്ദേഹം ആനന്ദനെ കണ്ടു.

"വെള്ളമെവിടെ ആനന്ദാ?" ഭഗവാൻ ചോദിച്ചു.

പ്രയാസത്തോടെയെങ്കിലും ആനന്ദൻ എല്ലാം പറഞ്ഞു.

അപ്പോൾ ബുദ്ധൻ പറഞ്ഞു:

"ആനന്ദാ, നിനക്കിത്ര ക്ഷമയില്ലാതായിപ്പോയല്ലോ! നല്ല തെളിനീരരുവിയല്ലേ അത്. തൽക്കാലം ഒന്നു കലങ്ങിയാലും വീണ്ടും അതു തെളിയില്ലേ? ഒഴുകുന്ന അരുവിക്ക് ദീർഘനേരം മലിനമാകാൻ കഴിയില്ല. നീയല്പം കാത്തിരിക്കൂ."

എന്നാൽ ആനന്ദൻ അവിടെ നിന്നു ജലമെടുക്കാൻ മടി കാണിച്ചു. ഭഗവാൻ അങ്ങനെ പറഞ്ഞെങ്കിലും ശിഷ്യനായ താനൊരിക്കലും

ഭഗവാന് മലിനജലം കുടിക്കാൻ കൊടുക്കില്ല. അദ്ദേഹത്തിനു റപ്പായിരുന്നു, അടുത്തെങ്ങും ആ അരുവി തെളിയില്ലെന്ന്.

അതിനാൽ ആനന്ദൻ പറഞ്ഞു:

“ഗുരോ, അങ്ങേയ്ക്കു ഞാൻ മറ്റൊരരുവിയിൽ നിന്ന് ദാഹജലം കൊണ്ടുവരാം. അതിവിടെനിന്നു വേണ്ട. അങ്ങു വിശ്രമിക്കൂ, ഞാനുടനെ വരാം.”

ആനന്ദന്റെ ആ അഭിപ്രായം ബുദ്ധൻ സ്വീകരിച്ചില്ല. അദ്ദേഹം ആനന്ദനോടു പറഞ്ഞു:

“മറ്റൊരു നദിയിലെ ജലം എനിക്കു വേണ്ട. ആനന്ദാ, നിന്റെ മനസ്സു മാറ്റാതെ നീ വന്നിടത്തേക്കു തന്നെ പോകൂ.”

ആ ബുദ്ധശിഷ്യന് നിവൃത്തിയില്ലാതായി. ഗുരുവിനെ അനുസരിക്കുക തന്നെ.അതുകൊണ്ട് ആനന്ദൻ വിഷമത്തോടെയെങ്കിലും പഴയ അരുവിക്കരയിലേക്കു നടന്നു. എന്നാൽ അവിടെ എത്തിയപ്പോൾ ആനന്ദന് അത്ഭുതം അടക്കാനായില്ല. അരുവി തെളിഞ്ഞിരിക്കുന്നു. ദ്രവിച്ച ഇലകളെല്ലാം ഒഴുകിപ്പോയിരിക്കുന്നു. ചെളിയെല്ലാം അടിത്തട്ടിൽ ഉറഞ്ഞു കൂടിയിരിക്കുന്നു! ഒഴുകുന്നതിപ്പോൾ നിർമ്മലജലം മാത്രം!

ആഹ്ലാദത്തോടെ അദ്ദേഹം ഭിക്ഷാപാത്രത്തിൽ ജലം കോരിയെടുത്തു. എത്രയും വേഗം ഗുരുവിന്റെ സമീപത്തെത്തണം. ആനന്ദന്റെ നടത്തത്തിന് വേഗതകൂടി. പക്ഷേ അപ്പോഴും ഒരു ചോദ്യം അദ്ദേഹത്തിന്റെ മനസ്സിൽ ബാക്കിയായി. എന്തുകൊണ്ട് ഈ അരുവിയിൽനിന്നു തന്നെ ജലമെടുക്കണമെന്ന് ഭഗവാൻ നിർബന്ധിച്ചു?

ആ ചോദ്യം വീണ്ടും വീണ്ടും ഉയർന്നു വന്നു.

അങ്ങനെ ബുദ്ധസമീപം അദ്ദേഹം എത്തിയപ്പോഴേക്കും മനസ്സിൽ ഉത്തരം തെളിഞ്ഞു.

ജീവിതം ഒന്നു കലങ്ങിയാൽ ചെളിയും ദ്രവിച്ച ഇലകളും മാലിന്യങ്ങളും പൊന്തി വന്നേക്കാം.ചിന്തകളും വികാരങ്ങളും വഴിതെറ്റി പ്പോയേക്കാം.എങ്കിലും തെല്ലൊന്നു ശാന്തമായാൽ എല്ലാം തെളിയും. മനുഷ്യൻ അവന്റെ ഉള്ളിലെ ബുദ്ധനെ കണ്ടെത്തും. അതിനു ക്ഷമ വേണമെന്നുമാത്രം!

മുപ്പത്തിനാല്

സുദാസ് ഒരു ചെരുപ്പുകുത്തിയായിരുന്നു. പരമദരിദ്രനുമായിരുന്നു. രാവിലെ നഗരത്തിലേയ്ക്കിറങ്ങും. തിരിച്ചെത്തുമ്പോൾ നന്നേ വൈകും. അപ്പോഴും കുടുംബം പുലർത്താനുള്ള വക കിട്ടിക്കാണില്ല.

പതിവുപോലെ പ്രഭാതത്തിൽ സൂദാസ് നഗരം ലക്ഷ്യമാക്കി പുറപ്പെട്ടു. പെട്ടെന്ന് ഒരു കാഴ്ച അയാളുടെ ശ്രദ്ധയിൽപ്പെട്ടു. അവിടെ ഒരു പൊയ്കയിൽ ഒരു താമരപ്പൂവ് വിടർന്നു നിൽക്കുന്നു. അതു കണ്ടപ്പോൾ അയാൾക്കു സന്തോഷമായി. താമരപ്പു വിടരേണ്ട കാലമല്ലിത്. എന്നിട്ടും ഒരു പൂവ് വിടർന്നിരിക്കുന്നു! ഇതുപറിച്ചെടുത്ത് ആർക്കെങ്കിലും വിറ്റാൽ ഒന്നോ രണ്ടോ നാണയങ്ങൾ കിട്ടാതിരിക്കില്ല. അതൊരു വലിയ കാര്യമാണ്. അയാൾ ആ പൂവ് പറിച്ചെടുത്ത് നടന്നു. ആവശ്യക്കാർ കാണുന്ന തരത്തിൽ അതുയർത്തിപ്പിടിച്ചിരുന്നു.

ഒരു ധനികനപ്പോൾ ആ വഴിക്കു വന്നു. അയാൾ സുദാസിന്റെ കയ്യിലെ താമരപ്പുവ് കണ്ടു ചോദിച്ചു:

"നിങ്ങളിതെനിക്കു തരുമോ? ഞാൻ വില തരാം."

വിൽക്കാമെന്ന് സുദാസ്, പക്ഷെ അയാൾ വിലയൊന്നും പറഞ്ഞില്ല.

"ഇതിന് ഞാൻ നൂറു സ്വർണ്ണ നാണയങ്ങൾ തരാം."

സുദാസിനു സന്തോഷമായി. അയാൾ അതു നൽകാൻ തയ്യാറായി. എന്നാൽ അപ്പോഴേക്കും ആ വഴി സൈന്യാധിപൻ വന്നു. അയാളതിന് ഇരട്ടി സ്വർണ്ണനാണയങ്ങൾ വാഗ്ദാനം ചെയ്തു. അങ്ങനെ ആ താമരപ്പൂ കൈക്കലാക്കാൻ ശ്രമിക്കുമ്പോഴാണ് മഹാരാജാവിന്റെ എഴുന്നെള്ളത്ത്.

ആ പൂവിന് എന്തു വില കൊടുക്കാനും മഹാരാജാവ് തയ്യാറായി. അപ്പോൾ സുദാസിനൊരു സംശയം തോന്നി.

ഒരു താമരപ്പൂവിനിത്ര വില നൽകാൻ അവർ എന്തിനു തയ്യാറാകുന്നു! അയാൾ അക്കാര്യം അവരോടു തിരക്കി.

അതിനുത്തരം പറഞ്ഞത് രാജാവായിരുന്നു.

"ഇന്ന് നഗരത്തിലേക്ക് ബുദ്ധൻ വരുന്നുണ്ട്. ഈ പൂവ് എനിക്ക് ബുദ്ധപാദങ്ങളിൽ സമർപ്പിക്കാനുള്ളതാണ്."

രാജാവിന്റെ വാക്കുകൾ കേട്ടപ്പോൾ സുദാസിന്റെ മനസ്സ് മാറി.

അയാൾ അവരോടു പറഞ്ഞു:

"എന്നാൽ ഈ പൂവ് നിങ്ങൾക്കു വിൽക്കുന്നില്ല. ബുദ്ധപാദങ്ങളിൽ എനിക്കിതു സമർപ്പിക്കണം."

അവരെത്ര വില നൽകാമെന്നു പറഞ്ഞിട്ടും സ്വന്തം ദാരിദ്ര്യത്തിന്റെ ഓർമ്മയുണ്ടായിട്ടും അയാൾ ആ പൂവ് വിറ്റില്ല. ഒരു പവിത്ര വസ്തുവായി അതും കരത്തിലേന്തി സൂദാസ് ബുദ്ധസന്നിധിയിലേക്കു നടന്നു. അയാൾ ആ താമരപ്പൂവ് ഭഗവാന്റെ പാദങ്ങളിൽ സമർപ്പിച്ചു.

അയാളെത്തുന്നതിനു മുമ്പേ അവർ അവിടെ എത്തിയിരുന്നു. വഴിയിൽവെച്ച് നടന്ന സംഭവം അവർ ബുദ്ധനെ ധരിപ്പിച്ചു. അപ്പോൾ ധനികനോടും സൈന്യാധിപനോടും രാജാവിനോടും ബുദ്ധൻ പറഞ്ഞു:

"ഒന്നുമറിയില്ലെങ്കിലും എല്ലാം അറിയുന്നവനാണ് സുദാസ്."

ബുദ്ധൻ പറഞ്ഞതിന്റെ പൊരുൾ അവർക്കു മനസ്സിലായില്ല. അപ്പോൾ ബുദ്ധൻ ഇപ്രകാരം വിശദീകരിച്ചു:

"ജീവിതത്തിലെ ഉന്നതമൂല്യങ്ങൾക്കുവേണ്ടി,അധാർമ്മിക മൂല്യങ്ങളെ ത്യജിച്ചവനാണ് സുദാസ്. സ്നേഹത്തിനുവേണ്ടി പണത്തെ ത്യജിച്ച ഇദ്ദേഹമാണ് യഥാർത്ഥ അറിവുള്ളവൻ."

സുദാസ് ഭഗവാനു മുമ്പിൽ നമസ്ക്കരിച്ചു.

മറ്റുള്ള മൂവരും നിശ്ശബ്ദമായി നിന്നു.

മുപ്പത്തിയഞ്ച്

ഗൗതമി സുന്ദരിയായിരുന്നു. അവൾ സുശീലയുമായിരുന്നു. അവൾക്കിപ്പോൾ വിവാഹപ്രായമായി. മാതാപിതാക്കൾ വിവാഹാലോചനകൾ നടത്തി. ഒടുവിലവളുടെ വിവാഹവും നടന്നു. ഒരു ധനികന്റെ മകനാണ് അവളെ വിവാഹം കഴിച്ചത്.

നാളുകൾ കടന്നുപോയി. അവർക്കൊരു കുഞ്ഞു പിറന്നു. മിടുക്കനായ ഒരാൺകുട്ടി. അവന്റെ വളർച്ചയോടൊപ്പം അവനോടുള്ള മാതാപിതാക്കളുടെ സ്നേഹവാൽസല്യങ്ങളും വളർന്നു വന്നു. ഒരു നോക്കുകണ്ട ആർക്കും ആ ബാലനെ മറക്കാൻ കഴിയുമായിരുന്നില്ല. അത്രയ്ക്കഴകും സാമർത്ഥ്യവുമുള്ള കുട്ടിയായിരുന്നു അവൻ. അവന്റെ മാതാപിതാക്കൾ അവനെയോർത്ത് അഭിമാനിച്ചു. അതിലേറേ അവർ സന്തോഷിച്ചു.

എന്നാൽ ആ സന്തോഷം അധികനാൾ നീണ്ടുനിന്നില്ല. എല്ലാം പെട്ടെന്ന് അസ്തമിച്ചു. കുട്ടി രോഗബാധിതനായി. ചികിത്സകളേറെ നടത്തിയെങ്കിലും അവൻ സുഖം പ്രാപിച്ചില്ല. അങ്ങനെ ഒരുനാൾ, എല്ലാവരേയും ദുഃഖത്തിലാഴ്ത്തി ആ ബാലൻ മരണമടഞ്ഞു:

ഗൗതമിക്ക് അവന്റെ മരണം താങ്ങാനായില്ല. ഇത്രമാത്രം സ്നേഹിച്ച്, താലോലിച്ചു വളർത്തിയ ഏക മകനാണ് മരിച്ചത്. പകലുകളും രാത്രികളും അവളുടെ തേങ്ങലുകൾ അടങ്ങിയില്ല. കുട്ടിയുടെ ശവശരീരത്തെ കെട്ടിപ്പിടിച്ച് അവൾ കരഞ്ഞുകൊണ്ടേയിരുന്നു. അപ്പോൾ ചിലർ അവളോടു പറഞ്ഞു.

"ഗൗതമീ. ഇങ്ങനെ കരഞ്ഞുകൊണ്ടിരുന്നാൽ ശരിയാവില്ല. ആ കുട്ടിയെ വിട്ടുതരൂ. അവന്റെ ശവസംസ്ക്കാരം നടത്തണ്ടേ?"

പക്ഷേ, അവൾ തന്റെ മകനെ വേർപിരിയാൻ ഒരുക്കമായിരുന്നില്ല. അവൾക്കെങ്ങനെ അതിനു കഴിയും?

തന്റെ മകന് ജീവൻ പകരാൻ ആർക്കെങ്കിലുമാകുമോ എന്നവൾ എല്ലാവരോടും ചോദിച്ചു. വൈദ്യന്മാരെല്ലാവരും അവളെ കൈവെടിഞ്ഞു. ഒടുവിലവൾ ജ്ഞാനിയായ ഒരു മനുഷ്യനെ സമീപിച്ചു.

അവൾ പറഞ്ഞു.

"മഹാത്മാവേ, എന്റെ കുട്ടിയെ പുനരുജ്ജീവിപ്പിക്കാൻ എന്തെങ്കിലും ഒരു വഴി പറഞ്ഞുതരുമോ?"

അവളുടെ വാക്കുകൾ അദ്ദേഹത്തെ ദുഃഖിപ്പിച്ചു. പക്ഷേ കുട്ടിക്ക് വീണ്ടും ജീവൻ കൊടുക്കാൻ അയാൾക്കു കഴിയുമായിരുന്നില്ല. അതുകൊണ്ട്, നിസ്സഹായനായ അദ്ദേഹം പറഞ്ഞു.

"ഗൗതമീ, നിന്റെ ദുഃഖത്തിനറുതി വരുത്താൻ ഒരുപക്ഷേ, ഒരാൾക്കു കഴിഞ്ഞേക്കും. അതു മറ്റാർക്കുമല്ല മഹാത്മാവായ ശാക്യ മുനി ഗൗതമബുദ്ധനു തന്നെ. നീ അദ്ദേഹത്തെ സമീപിക്കുക."

ഒട്ടും താമസിയാതെ അവൾ ബുദ്ധഭഗവാനടുത്തേക്കു കുതിച്ചു. ബുദ്ധനെ കണ്ടയുടനെ ആ പാദങ്ങളിൽ നമസ്ക്കരിച്ചിട്ട്, നടന്ന തെല്ലാം അവൾ വിവരിച്ചു. ഒരു നിമിഷത്തെ മൗനത്തിനു ശേഷം ഭഗവാൻ ഗൗതമിയോടു പറഞ്ഞു: "സഹോദരീ, ഞാൻ നിന്റെ ദുഃഖം മനസ്സിലാക്കുന്നു. മരിച്ചവരെ ജീവിതത്തിലേക്കു തിരികെ കൊണ്ടു വരിക അസാദ്ധ്യമാണ്."

ആ വാക്കുകൾ അവൾക്ക് ആശ്വാസം നൽകിയില്ല. ഗൗതമിക്കു വേണ്ടത് തന്റെ മകന് ജീവൻ തിരിച്ചുകിട്ടലായിരുന്നു. അതറിഞ്ഞ ബുദ്ധൻ അവളോടു പറഞ്ഞു:

"നിന്റെ ശാഠ്യത്തിനു ഞാൻ വഴങ്ങാം. പക്ഷേ, ഒരു കാര്യം. ഇന്നേവരെ ആരും മരിക്കാത്ത ഒരു വീട്ടിൽനിന്ന് നീയൊരുപിടി കടുകുവാങ്ങി വരിക. ഞാനിവനെ ജീവിപ്പിക്കാം."

ഭഗവാന്റെ വാക്കുകൾ അവൾക്കൊരല്പം ആശയും ആശ്രയവും പകർന്നു. അവളുടനെ കടുകും തേടിയിറങ്ങി.

ഓരോ വീട്ടിലും അവൾ ചെന്നു. മരണം നടക്കാത്ത വീടാണോ ഇതെന്ന് അവൾ അവരോടന്വേഷിച്ചു. എന്നാൽ അവരെല്ലാവരും അവരവരുടെ വീടുകളിൽ നടന്ന മരണത്തിന്റെ കഥകൾ അവളോടു പറഞ്ഞു. ഗൗതമിക്ക് എങ്ങുനിന്നും ഒരു പിടി കടുകു കിട്ടിയില്ല. പതുക്കെ പതുക്കെ അവൾക്കൊരു കാര്യം മനസ്സിലായി. ജീവിത മായാൽ മരണം കൂടെയുണ്ട്. മരണത്തെ ഒഴിവാക്കി ഒരു ജീവിതമില്ല.

ഒഴിഞ്ഞ കൈകളോടെ അവൾ ഭഗവാന്റെ മുമ്പിലെത്തി. അവൾ പറഞ്ഞു:

"മഹാത്മാവേ, മരണം നടക്കാത്ത വീടുകൾ എങ്ങുമില്ല. എനി ക്കിനി, അങ്ങു പറഞ്ഞതുപോലെ, കടുക് എവിടെനിന്നു കിട്ടും."

ശാന്തസ്വരത്തിൽ ബുദ്ധൻ ഇപ്രകാരം പറഞ്ഞു.

"ഗൗതമീ, നിനക്കെങ്ങുനിന്നും കടുക് കിട്ടാൻ സാദ്ധ്യതയില്ല. മരണം എവിടെയുമുണ്ട്. വേർപാടും വേദനയും ദുഃഖവും ജീവിത ത്തിന്റെ ഭാഗമാണ്. സന്തോഷത്തെ എന്നപോലെ ദുഃഖത്തേയും സ്വീകരിക്കാൻ നമുക്കാകണം. ഒന്നിനോടും അമിതമായ സ്നേഹമോ മമതയോ പാടില്ല. അതെല്ലാം ദുഃഖത്തിലേയ്ക്കേ നയിക്കൂ."

അവൾക്കിപ്പോൾ ബുദ്ധൻ പറഞ്ഞതെന്തെന്നു മനസ്സിലായി. സ്വന്തം മകന്റെ മരണമാണെങ്കിൽപ്പോലും അതംഗീകരിക്കുകയേ നിവൃത്തിയുള്ളു.

ആ ഉപദേശത്തിന്റെ വെളിച്ചം അവളുടെ മനസ്സിലെ ഇരുട്ടു മെല്ലെ നീക്കി. അവൾ വീണ്ടും ഭഗവാന്റെ പാദങ്ങളിൽ നമസ്കരിച്ചു. വെളിച്ചം കിട്ടിയതിന്റെ കൃതജ്ഞതയായിരുന്നു ആ പ്രണാമം.

മുപ്പത്തിയാറ്

ഭിക്ഷാപാത്രവുമെടുത്ത് ബുദ്ധൻ കാട്ടുപാതയിലൂടെ യാത്രയായി. ഇന്ന് ഈ വഴിയാണ് യാത്ര.

ബുദ്ധനെ ആദരിക്കുകയും ആരാധിക്കുകയും ചെയ്യുന്ന ചിലർക്ക് ആ യാത്രയിൽ എന്തോ പന്തികേടു തോന്നി. അവർ ഭഗവാനോടു പറഞ്ഞു:

"മഹാത്മൻ, അങ്ങ് ഈ വഴി യാത്ര ചെയ്യേണ്ട. ഈ കാട് അപകടം പിടിച്ചതാണ്."

ബുദ്ധൻ ചോദിച്ചു.

"എന്തപകടം?"

"ഇവിടെ അംഗുലീമാല എന്നൊരു ഭീകരനുണ്ട്. അവനെ പേടിക്കണം." അവർ പറഞ്ഞു.

അംഗുലീമാല കൊടുംക്രൂരനാണ്. അയാൾ കള്ളനും കൊലപാതകിയുമാണ്. ഈ കാട്ടിലകപ്പെടുന്നവരെ അവൻ കൊല്ലും. കയ്യിലുള്ളതെല്ലാം കൊള്ളയടിക്കും. മാത്രമല്ല, അവരുടെ കൈവിരലുകൾ അവൻ മുറിച്ചെടുത്ത് അതുകൊണ്ടൊരു മാല കോർത്ത് കഴുത്തിലണിയുകയാണ് പതിവ്. ആയിരം മനഷ്യവിരലുകൾ താൻ ആരാധിക്കുന്ന ദേവതയ്ക്കു സമർപ്പിക്കുവാൻ തീരുമാനിച്ചിരിക്കുകയാണ് അംഗുലീമാല. അതിനാൽ, ഭഗവാൻ ഈ വഴി യാത്ര ചെയ്യുന്നത് നന്നല്ല എന്നവർ മുന്നറിയിപ്പു നൽകി.

എന്നാൽ, ആ മുന്നറിയിപ്പിന് ബുദ്ധന്റെ വഴി മുടക്കാനായില്ല. മന്ദസ്മിതത്തോടെ അദ്ദേഹം മുന്നോട്ടു പോയി.

ആ കാട്ടുപാത ഇടുങ്ങി ചെറുതായി വന്നു. ഇപ്പോൾ കൊടുംകാടിനുള്ളിലൂടെയാണ് ഭഗവാന്റെ യാത്ര. പെട്ടെന്ന്..... ഒരട്ടഹാസം ഭഗവാൻ കേട്ടു. അതാ തൊട്ടുമുമ്പിൽ ആ ഭീകരമനുഷ്യൻ!

ചുവന്ന കണ്ണുകളിൽ നിറയെ ക്രൂരത. കഴുത്തിൽ രക്തക്കറ പുരണ്ട വിരലുകൾകൊണ്ടുള്ള മാല. അംഗുലീമാല ബുദ്ധനടുത്തേയ്ക്കു വന്നു.

ബുദ്ധൻ നിർഭയനായിരുന്നു. അദ്ദേഹത്തിന്റ മുഖത്ത് ഭയമോ

പരിഭ്രമമോ നിഴലിച്ചില്ല. അതുകണ്ട അംഗുലീമാല ഉറക്കെ അലറി. മുന്നോട്ടു നടക്കുന്ന ഭഗവാനോട് അവൻ പറഞ്ഞു.

"നിൽക്കവിടെ!"

ഉടനെത്തന്നെ ബുദ്ധൻ നടത്തം നിർത്തി. എന്നിട്ട് അംഗുലീ മാലയെ കാരുണ്യപൂർവ്വം നോക്കിക്കൊണ്ടു പറഞ്ഞു:

"ഇതാ ഞാൻ നിന്നു. നീയെപ്പോഴാണ് ഇതു നിർത്തുക?" അപ്രതീക്ഷിതമായിരുന്നു ആ ചോദ്യം. ആരും തന്നോടു ചോദിക്കാത്ത ചോദ്യമാണ് ഈ ഭിക്ഷു ചോദിച്ചിരിക്കുന്നത്. ആ ചോദ്യത്തിനു മുമ്പിൽ അയാളൊന്നു പതറി. എങ്കിലും അതു പുറത്തു കാണി ക്കാതെ വീണ്ടും ബുദ്ധനോടു അലറി ചോദിച്ചു:

"നീ ആരാണ്?"

ശാന്തത കൈവിടാതെ ബുദ്ധൻ ആ ചോദ്യത്തിനും ഉത്തരം പറഞ്ഞു:

"എനിക്കറിയാം ഞാനാരാണെന്ന്. പക്ഷേ, നിനക്കറിയുമോ നീയാരാണെന്ന്?"

ഒരു നിമിഷം ആ ഭീകരൻ സ്തബ്ധനായി. ഇതെന്തൊരു ചോദ്യം! അയാൾക്ക് ആശയക്കുഴപ്പവും ആശ്ചര്യവും തോന്നി.

ഒന്നും മനസ്സിലാവാത്തവനെപ്പോലെ അംഗുലീമാല ബുദ്ധനെ നോക്കി. അയാളുടെ ഭികരമുഖം പതുക്കെ ശാന്തമാകുന്നത് ഭഗവാൻ കണ്ടു.

അല്പം കഴിഞ്ഞപ്പോൾ ഭഗവാൻ അയാളോടു പറഞ്ഞു:

"നീ ആ മരത്തിൽനിന്ന് ഒരില പറിച്ചെടുക്കുക."

അനുസരണയുള്ള കുട്ടിയെപ്പോലെ, അംഗുലീമാല ഭഗവാൻ പറഞ്ഞതുപ്രകാരം ഒരില പറിച്ചടുത്ത്, ബുദ്ധനു നേരെ നീട്ടി.

അപ്പോൾ ബുദ്ധൻ പറഞ്ഞു:

"ആ ഇല പറിച്ചെടുത്തിടത്തുതന്നെ നീയതു തിരികെ ചേർത്തു വയ്ക്കു."

അംഗുലീമാല ആലോചിച്ചു. ഇതെങ്ങനെ സാദ്ധ്യമാകും?

തനിക്കതിനാകില്ലെന്ന് അയാൾ ഭഗവാനോടു പറഞ്ഞു. ഭഗവാന്റെ ശാന്തമായ മുഖത്ത് ഒരു പുഞ്ചിരി വിടർന്നു. ആ പുഞ്ചിരി ആ ക്രൂരമനുഷ്യന്റെ മനസ്സിൽ തൊട്ടു.ബുദ്ധൻ അയാളോടു പറഞ്ഞു.

"നിനക്കെന്നല്ല, ആർക്കുമതിനാകില്ല. അതുകൊണ്ട്, നീയിത് കൊണ്ടുപൊയ്ക്കോളൂ."

ആ വാക്കുകളിൽ പുതിയ അർത്ഥങ്ങളുള്ളതുപോലെ അംഗുലീ മാലയ്ക്കു തോന്നി. അതിൽ കളവില്ല, ചതിയില്ല, ക്രൂരതയില്ല,

സ്വാർത്ഥതയില്ല. അതു തന്റെ മനസ്സിലെ ദുഷ്ടവിചാരങ്ങളെ മായ്ച്ചുകളയുന്നു. ഇന്നോളം താൻ ചെയ്തതെല്ലാം തെറ്റുകളാണെന്ന് ബോദ്ധ്യപ്പെടുത്തുന്നു. താനല്ല വലുത്, തന്നേക്കാളും വലിയവർ, തനിക്കു കണ്ടെത്താനാകാത്ത മഹത്ത്വമുള്ളവർ ഈ ലോകത്തുണ്ടെന്ന് അയാൾക്കു മനസ്സിലായി.

ഇല്ല, ഇനിയൊരിക്കലും മുമ്പെന്നപോലെ താൻ വർത്തിക്കില്ല. മറ്റുള്ളവരെ ഉപദ്രവിക്കാൻ, അവരെ വേദനിപ്പിക്കാൻ തനിക്കെന്തവകാശം. മനസ്സിൽ കുറ്റബോധം വന്നുനിറഞ്ഞു. അയാളുടെ കണ്ണുകളിൽ കണ്ണുനീർ പൊടിഞ്ഞു.

പിന്നീടൊരു വീഴ്ചയായിരുന്നു. അംഗുലീമാല ബുദ്ധപാദങ്ങളിൽ വീണു നമസ്ക്കരിച്ചു. ബുദ്ധൻ അയാളെ കൈപിടിച്ചുയർത്തി, ധ്യാനത്തിന്റെ വഴികളിലൂടെ നടത്തി. അയാൾ ഒരു ഭിക്ഷുവായി. ബുദ്ധന്റെ നിഷ്ക്കളങ്കതയും ഭയമില്ലായ്മയും അംഗുലീമാലയെ നന്മയുടെ പാതയിലേയ്ക്കു നയിച്ചു.

മുപ്പത്തിയേഴ്

മഗധയിലെ രാജഗൃഹത്തിൽനിന്ന് നളന്ദയും പാടലീപുത്രവും കടന്ന് ബുദ്ധൻ നാദികയിലെത്തി. അവിടെവച്ച് ആനന്ദനുമായി അദ്ദേഹം ദീർഘസംഭാഷണം നടത്തി. മരണത്തെക്കുറിച്ചായിരുന്നു അവർ കൂടുതലും സംസാരിച്ചത്. ആഗ്രഹങ്ങളൊന്നുമില്ലാതെ മരിച്ചവർക്ക്, മുക്തി ലഭിക്കുമെന്ന് ബുദ്ധൻ ആനന്ദനോടു പറഞ്ഞു. സത്യത്തിലുള്ള അചഞ്ചലമായ വിശ്വാസമാണ് ജീവിതത്തിൽ പ്രധാനം. അവനവനോടും മറ്റുള്ളവരോടും സത്യസന്ധമായിരിക്കണം.

ആ വാക്കുകൾ ആനന്ദന് കുടുതൽ ആത്മവിശ്വാസം നൽകി. പിന്നീട് ബുദ്ധൻ അവിടെനിന്ന് വൈശാലിയിലേക്കു പോയി. വൈശാലിയിലെ ഒരുദ്യാനത്തിൽ അദ്ദേഹം എത്തിച്ചേർന്നു.

പ്രമുഖരായ പലരും ബുദ്ധനെ സ്വീകരിക്കാൻ അവിടെയുണ്ടായിരുന്നു. അക്കൂട്ടത്തിൽ അമ്രപാലിയും വന്നിരുന്നു.

അമ്രപാലി ധനികയും സുന്ദരിയുമായിരുന്നു. എന്നാൽ മോശമായ ജീവിതമാണ് അവൾ നയിച്ചിരുന്നത്. അവളുടെ സൗന്ദര്യത്തേയും ധനത്തേയും മോഹിച്ച് ഒരുപാടാളുകൾ അവളെത്തേടിയെത്തിയിരുന്നു. ഗായികയും നർത്തകിയും സംഗീതജ്ഞയുമായ അവളുടെ രമ്യഹർമ്യത്തിൽ പ്രവേശിക്കാൻ ഏവരും ആഗ്രഹിച്ചു.

ആ അമ്രപാലി ഇന്ന് ഉദ്യാനത്തിലെത്തിയിരിക്കുന്നു. ബുദ്ധനെ കാണാനായിരുന്നു അവളുടെ വരവ്. ആഭരണങ്ങളും ആഡംബര വസ്ത്രങ്ങളുമില്ലാതെ, ലളിത വേഷധാരിയായാണ് അവൾ വന്നത്. ലാളിത്യത്തിലും അവൾ സൗന്ദര്യവതിയായിരുന്നു.

അമ്രപാളി ബുദ്ധന്റെ കാൽക്കൽ വീണു നമസ്ക്കരിച്ചു.

ബുദ്ധൻ അവളോട് സത്യധർമ്മങ്ങളെക്കുറിച്ച് സംസാരിച്ചു. പറയുന്നതെല്ലാം അവൾ വേഗത്തിൽ ഗ്രഹിച്ചു. എല്ലാമുണ്ടായിട്ടും ഒന്നുമില്ലായ്മയെയാണ് അവൾ ആഗ്രഹിച്ചത്. ബുദ്ധനതു മനസ്സിലാക്കുകയും ചെയ്തു.

ശാന്തവും സൗമ്യവും ദീപ്തവുമായ ബുദ്ധവചനങ്ങൾ അവൾക്ക് സ്വസ്ഥതയും ആനന്ദവും നൽകി.

അമ്രപാലി ബുദ്ധനെ സ്വഗൃഹത്തിലേക്ക് ഭിക്ഷയ്ക്കായി ക്ഷണിച്ചു. ബുദ്ധനതു സ്വീകരിക്കുകയും ചെയ്തു.

വെറുമൊരു നർത്തകിയുടെ ക്ഷണം ബുദ്ധൻ സ്വീകരിച്ചുവെന്നതറിഞ്ഞ്, ലിച്ചാവിയിലെ രാജകുമാരിക്ക് അസൂയ തോന്നി. അവരുടനെ ബുദ്ധന്റെ സമീപത്തെത്തി. ഏറെ നേരം ബുദ്ധനുമായി സംസാരിച്ചതിനുശേഷം, ആ രാജകുമാരി ഭഗവാനെ അവളുടെ കൊട്ടാരത്തിലേക്കു ക്ഷണിച്ചു. എന്നാൽ അദ്ദേഹം ആ ക്ഷണം സ്വീകരിച്ചില്ല.

സമ്പത്തിനോ സ്ഥാനമാനങ്ങൾക്കോ അദ്ദേഹത്തെ ആകർഷിക്കുവാൻ കഴിയുമായിരുന്നില്ല. എല്ലാ മനുഷ്യരും ഒരുപോലെയായിരുന്നു അദ്ദേഹത്തിന്. രാജാവും പ്രജയും തമ്മിൽ അവിടെ ഒരു വ്യത്യാസവുമില്ലായിരുന്നു.

അമ്രപാലി എല്ലാം ഉപേക്ഷിച്ച് ബുദ്ധസംഘത്തിൽ ചേരാൻ തയ്യാറായി. അപ്പോൾ ഭഗവാൻ അവളോടു പറഞ്ഞു:

"ഭിക്ഷുജീവിതം കഠിനമാണ്. ഒരു നേരത്തെ ആഹാരം, കാൽനടയായുള്ള യാത്ര, ലോകനന്മ മാത്രം ലക്ഷ്യം. കഴിയുമോ നിനക്കതിന്?"

അമ്രപാലിക്ക് ആലോചിക്കേണ്ടി വന്നില്ല.

ഒരു നാടോടിയായി കഴിയാൻ, ബുദ്ധധർമ്മത്തിനനുസരിച്ച് ജീവിക്കാൻ അവൾ തയ്യാറായിക്കഴിഞ്ഞിരുന്നു.

അങ്ങനെ ബുദ്ധനവൾക്ക് സന്ന്യാസം നൽകി. അരുതുകളെക്കുറിച്ചും അരുതായ്മകളെക്കുറിച്ചും അദ്ദേഹമവളോടു പറഞ്ഞില്ല. മറ്റാരിൽ നിന്നും വിഭിന്നമായി ഉണർന്നിരിക്കുന്ന ഒരു മനസ്സ് അവൾക്കുണ്ടെന്ന് അദ്ദേഹത്തിനറിയാമായിരുന്നു.

അതുകൊണ്ട് ബുദ്ധൻ പറഞ്ഞു:

"അമ്രപാലീ, നീ ശരിയായ വഴിയിലാണ്. ഹൃദയത്തിലുള്ള സത്യത്തെ അനുസരിക്കുക. അതുമാത്രം മതി."

അമ്രപാലി ആ ഉപദേശം ഉൾക്കൊണ്ടു.

അന്നുതന്നെ അവൾക്കു ബോധോദയമുണ്ടായി.

മുപ്പത്തിയെട്ട്

ക്ഷമയുടെ മഹത്ത്വം പറഞ്ഞു മനസ്സിലാക്കാൻ ഒരിക്കൽ ബുദ്ധൻ ഒരു കഥ പറഞ്ഞു.

വാരണാസിയിലെ രാജാവിന്റെ കഥയാണ്. അദ്ദേഹം വളരെ ശക്തനായിരുന്നു. ആരെയും ആക്രമിച്ചു കീഴടക്കും. ആർക്കും അദ്ദേഹത്തെ തോല്പിച്ചു കീഴടക്കാനുമാകില്ല.

ഒരിക്കലദ്ദേഹം അയൽരാജ്യമായ കോസലത്തെ ആക്രമിച്ചു. പേടിച്ചരണ്ട കോസലരാജാവ് സ്വരാജ്യത്തുനിന്ന് പലായനം ചെയ്തു. അദ്ദേഹത്തിന്റെ ഭാര്യയേയും കൂട്ടിയായിരുന്നു രാജാവിന്റെ പലായനം.

വാരണാസിയിലുള്ള ഒരു മൺപാത്രനിർമ്മാണക്കാരന്റെ കുടിലിലാണ് അവർ എത്തിച്ചേർന്നത്. ആ കുടിലിൽ അവർ അഭയം കണ്ടെത്തി.

കോസലരാജാവിന്റെ ഭാര്യ ഗർഭിണിയായിരുന്നു. അവർ ആ കുടിലിൽവച്ച് ഒരാൺകുഞ്ഞിനു ജന്മം നൽകി. അവനവർ ദിഘാവ് എന്നു പേരിട്ടു. നാളുകൾ പിന്നിട്ടു.

ദിഘാവ് വളർന്നുകൊണ്ടേയിരുന്നു. അവനെല്ലാം തിരിച്ചറിയാവുന്ന പ്രായമായി. പക്ഷേ, അപ്പോഴേക്കും രാജാവും രാജ്ഞിയും വാരണാസിയിൽ ജീവിക്കുന്നുണ്ടെന്ന വാർത്ത വാരണാസിയിലെ രാജാവിന്റെ ചെവിയിലുമെത്തി.

രാജാജ്ഞപ്രകാരം സൈനികരെത്തി. രാജ്ഞിയേയും രാജാവിനേയും അവർ തടവിലാക്കി കൊണ്ടുപോയി. വാരണാസിയിലെ രാജാവ് അവർക്ക് വധശിക്ഷ വിധിക്കുകയും ചെയ്തു. എന്നാൽ ഇതിനിടയിൽ കോസലരാജപുത്രനായ ദിഘാവ് എങ്ങനെയോ രക്ഷപ്പെട്ടു. അവൻ തന്റെ മാതാപിതാക്കളുടെ വധശിക്ഷ നടക്കുന്നിടത്ത് എത്തിയപ്പോൾ കോസലരാജാവു പറഞ്ഞു:

“വെറുപ്പുകൊണ്ട് ഒരിക്കലും മറ്റൊരാളുടെ വെറുപ്പിനെ ഇല്ലാതാക്കാൻ കഴിയില്ല. വെറുപ്പു മാറ്റാനുള്ള ഏക മാർഗ്ഗം വെറുക്കാതിരിക്കലാണ്.”

പിതാവിന്റെ അവസാന വാക്കുകൾ ആ രാജകുമാരൻ കേട്ടു. വാരണാസിയിലെ രാജാവറിയാതെ അവൻ വളർന്നു. പല കഴിവുകളും അവൻ സ്വായത്തമാക്കി. എന്തിലും ഏതിലും സമർത്ഥനായ

രാജകുമാരനായി ദിഘലാവ്. ഒടുവിലവന് വാരണാസിയിലെ രാജ കൊട്ടാരത്തിൽത്തന്നെ ഒരു ജോലിയും കിട്ടി.

ജോലിയിൽ സമർത്ഥനും വിശ്വസ്തനുമായ ദിഘലാവിനെ രാജാവ് ഏറെ ഇഷ്ടപ്പെട്ടു. അങ്ങനെ പടിപടിയായി അവൻ ഉയർന്ന ഉദ്യോഗ ങ്ങളിലെത്തി. രാജാവിനെപ്പോഴും സന്തതസഹചാരിയായി ദിഘലാവ് വേണമെന്ന നിർബന്ധമുണ്ടായിരുന്നു.

ഒരു ദിവസം രാജാവ് നായാട്ടിനു പോയി. ഒറ്റയ്ക്കായിരുന്നില്ല ആ യാത്ര. കൂടെ ദിഘലാവും പരിവാരങ്ങളും നായാട്ടിനുണ്ടായിരുന്നു. അവർ നായാട്ടിനായി കാടിനുള്ളിലേയ്ക്കു കടന്നു. പലരും പല ദിശയിൽ സഞ്ചരിച്ചപ്പോൾ രാജാവ് തന്റെ പരിവാരങ്ങളിൽനിന്ന് ഒറ്റപ്പെട്ടു. എങ്കിലും ദിഘലാവ് അദ്ദേഹത്തെ വിട്ടുപോയിരുന്നില്ല. കുറേ കഴിഞ്ഞപ്പോൾ രാജാവ് ക്ഷീണിതനായി. അദ്ദേഹത്തിന് എവിടെ യെങ്കിലും ഒന്നു തല ചായ്ച്ചാൽ കൊള്ളാമെന്നു തോന്നി. അപ്പോൾ ദിഘലാവു രാജാവിന്റെ തല തന്റെ മടിയിൽവച്ച്, രാജാവിനെ ഉറക്കി.

രാജാവ് നല്ല ഉറക്കത്തിലാണ്.

ദിഘലാവിന്റെ മനസ്സിലപ്പോൾ ഒരു ചിന്തയുണർന്നു. തന്റെ മാതാ പിതാക്കളെ നിഷ്ക്കരുണം വധിച്ച വാരണാസി രാജാവിപ്പോൾ ഒന്നു മറിയാതെ ഈ മടിത്തട്ടിൽ വീണുറങ്ങുകയാണ്. ഇതിലും നല്ലൊര വസരം ഇനിയും വരാനില്ല. ഇതു പ്രതികാരം ചെയ്യാനുള്ള സമയമാണ്.

ദിഘലാവ് ഉടനെതന്നെ തന്റെ വാളുറയിൽനിന്ന് വാൾ ഊരിയെ ടുത്തു. എന്നിട്ട് ആ രാജകുമാരൻ ഉച്ചത്തിൽ അലറി.

"എന്റെ മാതാപിതാക്കളെ വകവരുത്തിയ നിന്റെ ജീവിതം ഞാൻ അവസാനിപ്പിക്കാൻ പോകുകയാണ്."

പക്ഷേ പെട്ടെന്ന്........

വധശിക്ഷയേറ്റു വാങ്ങുന്നതിനു തൊട്ടുമുമ്പ് തന്റെ പിതാവ് അവസാനമായി പറഞ്ഞ വാക്കുകൾ അവന്റെയുള്ളിൽ മുഴങ്ങി. നിസ്സഹായനായി തന്റെ മടിയിൽ കിടക്കുന്ന വാരണാസി രാജാവ്. തന്റെ കയ്യിൽ ഊരിപ്പിടിച്ച വാൾ. എന്താണിനി ചെയ്യേണ്ടത്?

അച്ഛന്റെ വാക്കുകൾ നൽകിയ വിവേകം കൊണ്ട്, അവന്റെ യുള്ളിലെ പ്രതികാരാഗ്നി അണഞ്ഞുപോയി. ദിഘലാവ് തന്റെ വാൾ തിരിച്ച് ഉറയിലേക്കിട്ടു. ഭയചകിതനായ രാജാവിനെ പിടിച്ചെഴുന്നേ ല്പിച്ച് കൊട്ടാരത്തിലേക്കു കൊണ്ടുപോയി. പ്രതികാരം ചെയ്യാനുള്ള ആഗ്രഹത്തെ, ക്ഷമിക്കാനുള്ള കഴിവ് കീഴടക്കിയിരിക്കുന്നു!

വാരണാസി രാജാവിന്റെ ഹൃദയം പശ്ചാത്താപം കൊണ്ട് നിറഞ്ഞു. ദിഘലാവിനോട് എല്ലാം ഏറ്റുപറഞ്ഞ്, അദ്ദേഹം അവന് സമസ്തവും തിരിച്ചുനൽകി. മാത്രമല്ല, തന്റെ മകളേയും ദിഘലാവിന് അദ്ദേഹം വിവാഹം ചെയ്തു കൊടുത്തു.

മുപ്പത്തിയൊമ്പത്

മഴ നിലയ്ക്കുന്നില്ല. സർവ്വശക്തിയുമെടുത്ത് പെയ്തുകൊണ്ടേയിരിക്കുന്നു. ബുദ്ധനിപ്പോൾ രോഗശയ്യയിലാണ്. അറിഞ്ഞും അറിയിച്ചും ഒട്ടേറേ കഠിനപാതകൾ താണ്ടിയ ആ ശരീരം തളർന്നിരിക്കുന്നു. എങ്കിലും തളരാത്ത ഒന്നുണ്ട്. അത് മനശ്ശക്തിയാണ്.

ഏവരും ദുഃഖിതരാണ്. എല്ലാ അറിവും പകർന്നുതന്ന് വഴികാട്ടിയ ഗുരു അവശനായിരിക്കുന്നു. ഭിക്ഷുക്കൾക്ക് അദ്ദേഹത്തെ വിട്ടു പിരിയാൻ കഴിയുമായിരുന്നില്ല.

ഇങ്ങനെയൊരാൾ അവർക്കൊപ്പം ജീവിച്ചിട്ടില്ല. ഇതിനു മുമ്പ് ജീവിച്ചിരുന്നതായി അറിവുമില്ല.

ബുദ്ധൻ രോഗത്തെ വകവച്ചില്ല. അദ്ദേഹം എഴുന്നേറ്റിരുന്നു. ബേലുവയിലെ വിഹാരത്തിൽ ചുറ്റും കൂടിയിരിക്കുന്ന ഭിക്ഷുകളെ നോക്കി. അവർക്കിടയിൽ ആനന്ദനുമുണ്ടായിരുന്നു.

ആനന്ദൻ ഭഗവാനോട് അഭ്യർത്ഥിച്ചു:

"ഗുരോ, മനുഷ്യരാശിക്ക് അങ്ങയെ ഇനിയും ആവശ്യമുണ്ട്. അതു കൊണ്ട്, ഈ ജീവിതം നീണ്ടുകിട്ടാൻ അങ്ങ് കരുണ കാണിക്കണം."

ഹൃദയം നിറയെ ദുഃഖമായിരുന്നു ആനന്ദന്.

"അങ്ങില്ലെങ്കിൽ മറ്റാരാണ് ഞങ്ങളെ നയിക്കുക?" ആനന്ദൻ ചോദിച്ചു.

"ആനന്ദാ, ഈ പ്രകൃതിയിൽ നിന്നുണ്ടായതെല്ലാം ഈ പ്രകൃതിയിൽ ലയിച്ചുചേർന്നേ മതിയാകൂ. ജീവിതത്തിന് ഒരിക്കലും മരണത്തിൽനിന്ന് രക്ഷ നേടാനാകില്ല. എന്നെക്കുറിച്ചോർത്ത് നിങ്ങളാരും ദുഃഖിക്കരുത്. ധർമ്മവും സംഘവും എന്നും നിങ്ങൾ ക്കൊപ്പമുണ്ടാകട്ടെ."

കുറച്ചു ദിവസങ്ങൾകൂടി പിന്നിട്ടപ്പോൾ അദ്ദേഹം സുഖം പ്രാപിച്ചു. എങ്കിലും പ്രായാധിക്യത്തിന്റെ തളർച്ച അദ്ദേഹത്തെ കൈവിട്ടിരുന്നില്ല. ബുദ്ധൻ വൈശാലിയിൽ നിന്നും കുശിനഗര ത്തിലേക്കു യാത്ര തിരിച്ചു. പിന്നീട് അവിടെനിന്നും പാവാഗ്രാമ ത്തിലെത്തിച്ചേർന്നു.

ആ ഗ്രാമത്തിൽ ചുണ്ട എന്നൊരു കരുവാൻ ജീവിച്ചിരുന്നു. ബുദ്ധന് ഒരു നേരത്തെ ആഹാരം കൊടുക്കാൻ ആ ഇരുമ്പു പണിക്കാരൻ ആഗ്രഹിച്ചു.

ആ ആഗ്രഹം ബുദ്ധൻ സ്വീകരിക്കുകയും ചെയ്തു. അങ്ങനെ അന്നദ്ദേഹം ചുണ്ടയുടെ ഗൃഹത്തിൽനിന്ന് ഭക്ഷണം കഴിച്ചു. എന്നാൽ പെട്ടെന്നു തന്നെ ഭഗവാന് സഹിക്കാനാകാത്ത വയറുവേദന അനുഭവപ്പെട്ടു. തുടർന്ന് അദ്ദേഹം വീണ്ടും രോഗശയ്യയിലായി.

അസുഖബാധിതനായ ബുദ്ധൻ അവിടെനിന്ന് കുശിനഗരത്തി ലേക്കു പുറപ്പെട്ടു. അവിടെ എത്തിച്ചേർന്ന ബുദ്ധൻ, ഉദ്യാനത്തിലെ രണ്ടു സാലവൃക്ഷങ്ങളുടെ തണലിൽ വൃത്തിയുള്ള ഒരു വിരി ആനന്ദനോട് വിരിക്കാൻ ആവശ്യപ്പെട്ടു. അല്പനേരം അദ്ദേഹമതിൽ വിശ്രമിച്ചു. പിന്നീട് ആനന്ദനോടായി പറഞ്ഞു:

"എനിക്ക് ആഹാരം തന്ന ചുണ്ടയെ ഒരു നാളും കുറ്റപ്പെടുത്തരുത്. മറിച്ച് അയാളെ ആദരിക്കുകയാണ് വേണ്ടത്. കാരണം, എനിക്കുള്ള അവസാനത്തെ ആഹാരം നൽകാൻ കഴിഞ്ഞത് ചുണ്ടയ്ക്കാണ്."

ആനന്ദൻ ബുദ്ധന്റെ അവസ്ഥ കണ്ട് ദുഃഖത്തിലാണ്ടു. അപ്പോൾ ബുദ്ധൻ പറഞ്ഞു:

"ആനന്ദാ ദുഃഖിക്കാതിരിക്കുക. നിർവ്വാണത്തിന്റെ പാതയിലൂടെ സഞ്ചരിക്കുക. ഒരാൾക്കും മറ്റൊരാളുടെ വെളിച്ചമാകാൻ കഴിയില്ല. സ്വയം വിളക്കാകുക. ആ വെളിച്ചത്തിലൂടെ മുന്നോട്ടുപോകുക. ഈ ലോകത്തിൽ മരിക്കാത്തതായി ഒന്നു മാത്രമേയുള്ളു, അത് സത്യമാണ്."

തന്റെ അടുക്കലെത്തിയ ശിഷ്യരോടായി ഭഗവാൻ പറഞ്ഞു, ഈ ഭൂമിയിൽ ജന്മമെടുത്ത ആദ്യത്തേയോ അവസാനത്തേയോ ബുദ്ധൻ താനല്ല. ഒരു ബുദ്ധൻ മറയുമ്പോൾ മറ്റൊരു ബുദ്ധൻ ജനിക്കുന്നു. ആരും ഒരിക്കലും സത്യത്തിന്റെ പാതയിൽനിന്നു വ്യതിചലിക്കരുത്.

ബുദ്ധൻ മരണത്തോടടുക്കുകയായിരുന്നു. അവസാനമായി ആ ഉപദേശം ഏറ്റുവാങ്ങാൻ എത്തിയത് സുബദ്ധനായിരുന്നു. മരണശയ്യയിൽ കിടന്ന് ഭഗവാൻ സുബദ്ധന് ധർമ്മോപദേശം നൽകി. എല്ലാം ഗ്രഹിച്ച അയാൾ ആ ധർമ്മസംഘത്തിൽ ഒരു ഭിക്ഷുവായി ചേരുകയും ചെയ്തു.

ശ്രദ്ധയോടെ നിർവ്വാണമാർഗത്തിൽ സഞ്ചരിക്കുക.

ഏവരോടുമായി ഭഗവാന്റെ ചുണ്ടുകൾ മൊഴിഞ്ഞു.

അതിനുശേഷം അദ്ദേഹം അഗാധമായ ധ്യാനത്തിലമർന്നു. പിന്നെ, പടിപടിയായി ഉയർന്ന് ഈ ലോകത്തിന്റെ വേദനകളോടും ദുഃഖങ്ങളോടും വിട പറഞ്ഞു.

ത്യാഗത്തിന്റെ മഹത്ത്വം ലോകത്തിനു കാണിച്ചുകൊടുത്ത ആ മഹാപുരുഷന്റെ നിർവ്വാണ വാർത്ത എങ്ങും പരന്നു. ദൂരദേശങ്ങളിൽ നിന്നുപോലും അനവധിപേർ ആ സവിധത്തിലെത്തി. രാജാക്കന്മാരും ധനികരും മറ്റു പ്രമുഖരും അനേകം ഭിക്ഷുക്കളും സാധാരണ ജന ങ്ങളും ഒത്തുചേർന്ന്, കാരുണ്യത്തിന്റെ മഹാപ്രഭുവിന് അന്ത്യോ പചാരമർപ്പിച്ചു. ചരിത്രത്തിൽ സമാനതകളില്ലാത്ത ആ രാജഭിക്ഷു വിന്റെ ഭൗതികശരീരം ഏവരേയും സാക്ഷിനിർത്തി ഒടുവിൽ സംസ്ക്കരിച്ചു.

മുപ്പത്തിയൊമ്പത്

ബി.സി. 486-ൽ എൺപതാമത്തെ വയസ്സിലാണ് ബുദ്ധൻ ഈ ലോകം വിട്ടുപോയത്.

29-ാമത്തെ വയസ്സിൽ കൊട്ടാരം വിട്ടിറങ്ങിയ നാൾ മുതൽ 80-ാമത്തെ വയസ്സിൽ ഭൗതികശരീരം ഉപേക്ഷിക്കുന്നതുവരെയുള്ള നീണ്ട കാലയളവിൽ സകലമനുഷ്യർക്കും സുഖവും ആശ്വാസവും പകരുന്നതിനുള്ള യാത്രയായിരുന്നു ബുദ്ധന്റെ ജീവിതം. വലുതും ചെറുതുമായ എല്ലാ സുഖങ്ങളേയും ഉപേക്ഷിച്ച്, കല്ലും മുള്ളും നിറഞ്ഞ വഴികളിലൂടെ അദ്ദേഹം നടന്നു. ജീവിതാന്ത്യത്തിലും ധർമ്മത്തിന്റേയും സത്യത്തിന്റേയും പ്രാധാന്യം അദ്ദേഹം മാലോകരെ ഓർമ്മപ്പെടുത്തി.

2500 വർഷങ്ങൾക്കിപ്പുറം ഇന്ത്യയിൽ നിന്ന് ബുദ്ധമതം ഏറെക്കുറെ അപ്രത്യക്ഷമായി. എങ്കിലും മറ്റു പല രാജ്യങ്ങളിലും ബുദ്ധമതം വളർന്നു തിടംവച്ചു. അശോക ചക്രവർത്തിയുടെ മകനായ മഹേന്ദ്രനാണ് ബുദ്ധമതത്തെ ആദ്യമായി മറ്റൊരു രാജ്യത്തേക്ക് എത്തിച്ചത്. ബി.സി. മൂന്നാം നൂറ്റാണ്ടിൽ അദ്ദേഹം ബുദ്ധതത്ത്വങ്ങളെ ശ്രീലങ്കയിൽ പ്രചരിപ്പിച്ചു. എ.ഡി. ഒന്നാം നൂറ്റാണ്ടിൽ ചൈനയിലും തുടർന്നുള്ള നൂറ്റാണ്ടുകളിൽ ഇന്തോനേഷ്യ, കമ്പോഡിയ എന്നീ രാജ്യങ്ങളിലും ബുദ്ധമതം വ്യാപിച്ചു.

എ.ഡി. നാലാം നൂറ്റാണ്ടിലാണ് കൊറിയയും ജപ്പാനും ബുദ്ധമതത്തെ സ്വീകരിച്ചത്. നേപ്പാൾ,തായ്‌ലന്റ്, ബർമ്മ (മ്യാൻമർ) എന്നീ രാജ്യങ്ങൾ ബുദ്ധമത കേന്ദ്രങ്ങളാണ്. ഇന്ന് അമേരിക്കയിലും യൂറോപ്പിലും ബുദ്ധമതത്തിന് പ്രചുര പ്രചാരം സിദ്ധിച്ചുവരികയാണ്.

ഹിന്ദുമതത്തിൽ നിലനിന്നിരുന്ന അന്ധവിശ്വാസങ്ങൾക്കും അനാചാരങ്ങൾക്കും അസ്പൃശ്യതയ്ക്കും യാഗഹിംസയ്ക്കും ബുദ്ധൻ എതിരായിരുന്നു. അദ്ദേഹം ആ ചിന്തകളെ ശക്തമായി എതിർക്കുകയും ചെയ്തിരുന്നു. എന്നാൽ ഉപനിഷദ്ദർശനങ്ങളിൽ പലതും ബുദ്ധചിന്തയിൽ ഉരുത്തിരിഞ്ഞിട്ടുള്ളത് നമുക്കു കാണാനാകുന്നതാണ്. ക്രിസ്തുമതത്തിനും നാരായണഗുരുവിന്റെ ദർശനങ്ങൾക്കും ബുദ്ധതത്ത്വങ്ങൾ ഊർജ്ജം പകർന്നിട്ടുണ്ടാകാം എന്നും മനസ്സിലാക്കാൻ കഴിയും.

വൈദിക ഭാഷയായ സംസ്കൃതത്തിനു പകരം സാധാരണക്കാരുടെ അന്നത്തെ ഭാഷയായ പാലിയിലാണ് ബുദ്ധൻ തത്ത്വങ്ങളെ

പ്രചരിപ്പിച്ചിരുന്നത്. അദ്ദേഹം ഒന്നും എഴുതിവച്ചില്ല. ശിഷ്യരോടും ബഹുജനങ്ങളോടും സംസാരിക്കുക മാത്രമാണ് ചെയ്തത്. നിരന്തരമായ ജപത്തിലൂടെ അതു പിന്നീടുള്ള തലമുറകളിലേക്കു കൈമാറി. ബുദ്ധശിഷ്യരിൽ പ്രധാനികളായ ആനന്ദൻ, ഉപാലി, കാശ്യപൻ എന്നിവരാണ് വാമൊഴികളെ വരമൊഴികളാക്കിയത്. സൂത്രങ്ങൾ എന്ന പേരിലാണ് അവ അറിയപ്പെടുന്നത്.

ത്രിപിടകങ്ങൾ എന്ന പേരിൽ ഈ സൂത്രങ്ങൾ ഗ്രന്ഥങ്ങളായി. ത്രിപിടകക്ക് അർത്ഥം മൂന്ന് സഞ്ചികൾ എന്നാണ്. മൂന്ന് പിടകങ്ങളാണ് ഇതിലുള്ളത്. സൂത്രപീടകം, വിനയ പീടകം, അഭിധർമ്മ പീടകം എന്നിവയാണവ. ഈ സൂത്രങ്ങളെ ബുദ്ധമതാനുയായികൾ അത്യന്തം ആദരവോടെയാണ് കാണുന്നത്.

ബുദ്ധപ്രതിമകളും ധാരാളം ആരാധനാ സമ്പ്രദായങ്ങളും നിലനിൽക്കുന്നുണ്ടെങ്കിലും ബുദ്ധമതം ഒരു നാളും വിഗ്രഹാരാധനയിൽ വിശ്വസിക്കുന്നില്ല. ബുദ്ധപ്രതിമ ഒരു പ്രതീകവും പ്രചോദനവും മാത്രമാണിവർക്ക്.

ബോധിവൃക്ഷത്തിന് ബുദ്ധമതത്തിൽ ഏറെ പ്രാധാന്യമാണുള്ളത്. ബോധിവൃക്ഷം എന്നത് അരയാൽ വൃക്ഷമാണ്. ബുദ്ധഗയയിലെ ബോധിവൃക്ഷചുവട്ടിൽ ഇരിക്കുമ്പോഴാണ് ബുദ്ധന് ബോധോദയമുണ്ടായത്. അന്നുതൊട്ടിന്നോളം ബുദ്ധമതവിശ്വാസികൾ ബോധിവൃക്ഷത്തെ പവിത്രമായി കാണുന്നു. ശ്രീലങ്കയിൽ ബോധിവൃക്ഷത്തെ എത്തിച്ചത് മഹേന്ദ്രനാണ്.

അശോകചക്രവർത്തിയുടെ ഭാര്യമാരിൽ ഒരാളാണ് ബുദ്ധഗയയിലെ ബോധിവൃക്ഷത്തെ വെട്ടി വീഴ്ത്തിയത്. അശോക ചക്രവർത്തിയുടെ ബുദ്ധമതസ്നേഹം സഹിക്കാനാകാത്തതു കൊണ്ടാണ് അവരിതിനു മുതിർന്നത്. പഴയ ആ വൃക്ഷം ഇന്നില്ല. അതിന്റെ സ്ഥാനത്ത് ശ്രീലങ്കയിൽനിന്നു കൊണ്ടുവന്ന് നട്ടുവളർത്തിയ വൃക്ഷമാണുള്ളത്.

ഇന്ത്യയിലെ പ്രശസ്തമായ അജന്താഗുഹകൾ ബുദ്ധന്റെ ജീവിതകഥകളാൽ അലംകൃതമാണ്. ഭാരതത്തിന്റെ ത്രിവർണ്ണ പതാകയിൽ കാണുന്ന അശോകചക്രം ബുദ്ധമതത്തിലെ ധർമ്മചക്രമാണ്. അശോകസ്തംഭത്തിലെ നാല് സിംഹങ്ങളും ബുദ്ധമതത്തിൽ നിന്നു സ്വീകരിച്ചതാണ്. നാമിന്ന് ഏറെ ആദരിക്കുന്ന അഹിംസാ പരമോധർമ്മ: എന്ന ആപ്തവാക്യം ബുദ്ധമത തത്വമാണ്.

മെയ്മാസത്തിലെ പൗർണ്ണമിദിനം ബുദ്ധമതാനുയായികൾക്ക് ഉത്സവദിനമാണ്. ബുദ്ധന്റെ ജനനം, ബോധോദയം, നിർവ്വാണം എന്നിവയെല്ലാം സംഭവിച്ചത് പൗർണ്ണമീദിനത്തിലാണ്. ജൂലൈമാസത്തിലെ പൗർണ്ണമിദിനം ധർമ്മദിനമാണ്. ബോധോദയം നേടിയതിനുശേഷം ബനാറസ്സിലെ സാരാനാഥിൽ ബുദ്ധൻ ആദ്യമായി ധർമ്മോപദേശം നടത്തിയ ദിനമാണിത്. ഒക്ടോബർ മാസത്തിലാണ്

സംഘദിനം ആചരിക്കുന്നത്. എല്ലാ ബുദ്ധവിശ്വാസികൾക്കും ഈ ദിനങ്ങൾ വളരെ വിശേഷപ്പെട്ടവയാണ്.

ബുദ്ധമതത്തിന് പ്രധാനമായും രണ്ടു വഴികളാണുള്ളത്. ഒന്ന് ഹീനയാനം (തേരാവാദം), രണ്ട്-മഹായാനം. തലമുറകളിൽ നിന്നു ലഭിച്ച പ്രബോധനങ്ങളെയാണ് ഹീനയാനക്കാർ കാത്തു സൂക്ഷിക്കുന്നത്. കാടുകളിലും ഗുഹകളിലും ജീവിച്ച് ധ്യാനമാർഗങ്ങൾ അവലംബിച്ച് അവർ വ്യക്തിശുദ്ധി നടത്തുന്നു. നിർവ്വാണത്തിലേക്കുള്ള മാർഗ്ഗമായി അവരിതിനെ തിരഞ്ഞെടുത്തിരിക്കുന്നു. ശ്രീലങ്ക, തായ്‌ലന്റ്, ബർമ്മ എന്നീ രാജ്യങ്ങളിൽ ഹീനയാനക്കാരാണ് ഏറെയും. മഹായാനക്കാർ ജനങ്ങൾക്കിടയിൽ ജീവിക്കുന്നവരാണ്. ബോധിസത്വന്റെ പാതയെയാണ് ഇവർ പിന്തുടരുന്നത്. ചൈന, തിബറ്റ്, കൊറിയ, വിയറ്റ്നാം, ജപ്പാൻ എന്നിവിടങ്ങളിൽ മഹായാന വിശ്വാസികളാണുള്ളത്.

ബുദ്ധന്റേയും അശോകന്റേയും നാടായ ഭാരതം നൂറ്റാണ്ടുകളോളം ആ ചരിത്രം ഓർത്തില്ല. ഇംഗ്ലീഷുകാരുടെ ശ്രമഫലമായാണ് മഹത്തായ ആ ചരിത്രം വീണ്ടും വെളിച്ചത്തുവന്നത്. അപ്പോഴേക്കും അതിന്റെ ജീവസ്സുറ്റ പല തെളിവുകളും അപ്രത്യക്ഷമായിക്കഴിഞ്ഞിരുന്നു. മാർക്കോപോളോ, ഫാഹിയാൻ. ഹുയാൻസാങ്ങ് എന്നിവരുടെ യാത്രക്കുറിപ്പുകളും മറ്റു രാജ്യങ്ങളിൽ നിലവിലുള്ള മതഗ്രന്ഥങ്ങളും കഥകളും അവശിഷ്ട ശിലാശാസനങ്ങളും സ്തൂപങ്ങളും നിരീക്ഷിച്ചാണ് ഈ ചരിത്രത്തെ വീണ്ടെടുത്തിട്ടുള്ളത്.

കരുണയുടെ മതമാണ് ബുദ്ധമതം. അതു സത്യത്തിന്റേയും ധർമ്മത്തിന്റേയും മതമാണ്. അഹിംസ അതിന്റെ മുഖമുദ്രയാണ്. ചക്രവർത്തി അശോകനെ എന്ന പോലെ രാഷ്ട്രപിതാവായ മഹാത്മജിയേയും പ്രചോദിപ്പിച്ചത് ഈ അഹിംസാ തത്ത്വമാണ്. അത് ഈ നാടിന്റെ വിശ്വാസത്തിലും രക്തത്തിലും അലിഞ്ഞു. മനസ്സുകൊണ്ട്, വാക്കുകൊണ്ട്, പ്രവൃത്തികൊണ്ട് ഒരു ചെറുപ്രാണിയെപ്പോലും വേദനിപ്പിക്കാതിരിക്കുക. ഇതാണ് അഹിംസയുടെ തത്ത്വം.

2500 വർഷങ്ങൾക്കിപ്പുറവും ബുദ്ധതത്ത്വങ്ങൾ പ്രസക്തമാണ്. ബുദ്ധമതവിശ്വാസികളിൽ മാത്രമല്ല, നന്മയിൽ വിശ്വസിക്കുന്ന ഏതൊരു മനുഷ്യഹൃദയത്തിലും ബുദ്ധവചനങ്ങളുടെ പ്രതിധ്വനി കേൾക്കാം. കാരണം, ബുദ്ധൻ ജീവിച്ചത് ഒരിക്കലും തനിക്കു വേണ്ടിയായിരുന്നില്ല; ഈ ലോകത്തിനുവേണ്ടിയായിരുന്നു.

വരാനിരിക്കുന്ന തലമുറകളേയും കാരുണ്യത്തിന്റെ ഈ മഹാഗുരുവിന്റെ വാക്കുകളും പ്രവൃത്തികളും എക്കാലവും പ്രചോദിപ്പിക്കും, തീർച്ച.

ഉപസംഹാരം

ജന്മം തൊട്ട് നിർവ്വാണം വരെ ആ മഹാഗുരു സഞ്ചരിച്ച പാതകളെ പിന്തുടർന്നു. കുറെയേറെ മുത്തുകൾ കിട്ടി. എല്ലാം കാത്തുസൂക്ഷിക്കാൻ കൈകൾക്ക് കരുത്തില്ലാതെ പോയി. ചിലതെല്ലാം കാണാതെയും പോയി. എങ്കിലും ഹൃദയത്തിൽ തെളിഞ്ഞ പൗർണ്ണമിനിലാവ് മറക്കാനാകില്ല.

ഏഷ്യയുടെ വെളിച്ചമെന്ന് ആർനോൾഡ് ടോയൻബി വാഴ്ത്തിയ ഈ രാജഭിക്ഷു ഓരോ ഹൃദയത്തിലും ഓരോ വിളക്കു കൊളുത്തുകയാണ്. അതിനെ അടുത്തറിയണമെന്നു മാത്രം. അനേകം നൂറ്റാണ്ടുകൾക്കിപ്പുറംനിന്ന് നോക്കുമ്പോഴും ആ ദീപസ്തംഭത്തിന്റെ പ്രകാശം മുഴുവൻ നമുക്കുൾക്കൊള്ളാനാകില്ല. സംഭവബഹുലമായ ആ ജീവിതം ശാന്തമായിരുന്നു. കാലദേശങ്ങളെ മറികടന്ന് ബുദ്ധൻ തിളങ്ങുകയാണ്. ചിലപ്പോൾ നമ്മുടെ മൗഢ്യങ്ങൾ കണ്ട് ദുഃഖിക്കുന്നുണ്ടാകും.

ചിരപരിചിതമായ കഥകളിൽ പലതും പകർത്തിയിട്ടില്ല. ഉദാഹരണത്തിന് ജാതകകഥകൾ. മറ്റു പലരും പറഞ്ഞു കേട്ടതും ജീവിതത്തോട് പറ്റിച്ചേർന്നു നിൽക്കുന്നവയും വഴിവിളക്കാകുന്നതുമായ ചില കഥകൾ ചേർത്തിട്ടുണ്ട്. അനേകം ഗ്രന്ഥങ്ങളുടെ സഹായം ഈ രചനയ്ക്കു പിന്നിലുണ്ട്. അനേകം ഏകാന്തനിമിഷങ്ങളുടെ സംതൃപ്തിയും.

ശ്രീബുദ്ധന്റെ മഹദ്വചനങ്ങൾ

- ♦ നിങ്ങളുടെ മനസ്സ് കാരുണ്യത്താൽ നിറയട്ടെ.
- ♦ ആരോഗ്യമാണ് മഹത്തായ വരം. സംതൃപ്തിയാണ് മഹത്തായ സമ്പത്ത്. വിശ്വസ്തതയാണ് മഹത്തരമായ ബന്ധം.
- ♦ സമാധാനം അവനവന്റെ ഉള്ളിൽത്തന്നെയാണ്. അതു പുറത്തല്ല.
- ♦ നമുക്കൊഴികെ മറ്റാർക്കും നമ്മെ രക്ഷിക്കാനാകില്ല.
- ♦ വാക്കുകൾക്ക് നശിപ്പിക്കാനും സുഖിപ്പിക്കാനും കഴിവുണ്ട്. വാക്കുകൾ സത്യവും കരുണവുമായാൽ, ഈ ലോകത്തെ മാറ്റി യെടുക്കാനാകും.
- ♦ ശ്രദ്ധയോടെ പറയുന്ന വാക്കുകൾ നന്മയായിലും തിന്മയായാലും, അവ മറ്റുള്ളവരെ സ്വാധീനിക്കും.
- ♦ മുക്തി സ്വയം കണ്ടെത്തണം. അതിന് മറ്റുള്ളവരെ ആശ്രയിക്കേണ്ടതില്ല.
- ♦ ആരോഗ്യമില്ലാത്ത ജീവിതം, മരണത്തിന്റെ പ്രതീകമാണ്
- ♦ നാവ് മൂർച്ചയുള്ള കത്തി പോലെയാണ്.... രക്തമൊഴുക്കാതെ അതു കൊല്ലും.
- ♦ വഴി അന്വേഷിക്കേണ്ടത് ആകാശത്തല്ല; സ്വന്തം ഹൃദയത്തിലാണ്.
- ♦ സൂര്യൻ, ചന്ദ്രൻ, സത്യം - ഇവ മൂന്നും ഏറെക്കാലം മറച്ചുപിടിക്കാൻ കഴിയില്ല.
- ♦ സത്യത്തിന്റെ പാതയിൽ രണ്ടു തെറ്റുകളാണ് സംഭവിക്കാനിടയുള്ളത്. ഒന്നുകിൽ ആ യാത്ര പൂർണ്ണമാക്കുകയില്ല. അല്ലെങ്കിൽ ആരംഭിക്കുകയേയില്ല.
- ♦ തീയില്ലാതെ ഒരു തിരിക്ക് പ്രകാശിക്കാനാകില്ല; അതുപോലെ ആത്മീയത ഇല്ലാതെ ഒരാൾക്ക് ജീവിക്കാനുമാകില്ല.
- ♦ അഗ്നിക്കോ കാറ്റിനോ, ജനനത്തിനോ മരണത്തിനോ സൽ പ്രവൃത്തികളെ മായ്ച്ചുകളയാനാകില്ല.

- ആരോഗ്യം സംരക്ഷിച്ചില്ലെങ്കിൽ, മനസ്സിന് വ്യക്തതയും ശക്തിയും ഉണ്ടാകില്ല.
- മറ്റുള്ളവരെക്കുറിച്ച് അസൂയപ്പെടുന്നവർക്ക് സമാധാനമുണ്ടാകില്ല.
- ഭൂതകാലത്തിലലഞ്ഞു നടക്കാതെ , ഭാവിയെക്കുറിച്ച് സ്വപ്നങ്ങൾ നെയ്തുകൂട്ടാതെ, വർത്തമാനകാലത്തിൽ ശ്രദ്ധിക്കുകയാണ് വേണ്ടത്.
- മറ്റുള്ളവർ എന്തു ചെയ്തു, ചെയ്തില്ല എന്നു ചിന്തിക്കാതെ, അവനവൻ എന്തുചെയ്തു ചെയ്തില്ല എന്നാണ് ചിന്തിക്കേണ്ടത്.
- അലസത മരണത്തിലേയ്ക്കുള്ള വഴിയാണ്. ശ്രദ്ധയാണ് ജീവിതത്തിലേക്കുള്ള വഴി.
- നമ്മുടെ ചിന്തകളാണ് നമ്മുടെ ജിവിതത്തെ രുപപ്പെടുത്തുന്നത്. നാം എന്തു ചിന്തിക്കുന്നുവോ, അതായിത്തീരുന്നു നാം. ശുദ്ധമായ മനസ്സിനെ സന്തോഷം, വിട്ടുപോകാത്ത നിഴലുപോലെ, പിന്തുടരും.
- ഏവരിലും ബുദ്ധനുണ്ട്. ആർക്കും ബുദ്ധനാകാം. നാം അർഹിക്കുന്നതാണ് നമുക്കു ലഭിക്കുക. നന്മയ്ക്ക് നന്മയും തിന്മയ്ക്ക് തിന്മയുമാണ് പ്രതിഫലം.
- വിതച്ചതിനനുസരിച്ചാകും ലഭിച്ച ഫലം.
- നന്മ വിതച്ചാൽ നന്മ കൊയ്യാം,
തിന്മ വിതച്ചാൽ തിന്മ കൊയ്യാം.
ശ്രദ്ധയോടെ നല്ല വിത്തിട്ടാൽ,
മോദത്തോടെ നല്ല ഫലം കൊയ്യാം. (ധർമ്മപഥം)